വിലാപവൃക്ഷത്തിലെ കാറ്റ്

vilapavrukshathile kattu
novel

•

satheeshbabu payyannur

•

first chintha edition
march 2015

•

published
chintha publishers, thiruvananthapuram

•

typesetting
minerva graphotechs, attukal

•

printed
akshara offset, thiruvananthapuram

•

cover
bloofish

വിതരണം

ദേശാഭിമാനി ബുക്ക് ഹൗസ്

H O തിരുവനന്തപുരം-695 035
phone: 0471-2303026, 6063026
www.chinthapublishers.com
chinthapublishers@gmail.com

ബ്രാഞ്ചുകൾ

ഹെഡ്ഡാഫീസ് ബ്രാഞ്ച് കുന്നുകുഴി • സ്റ്റാച്യു തിരുവനന്തപുരം • കെ എസ് ആർ ടി സി ബസ് സ്റ്റേഷൻ ആലപ്പുഴ • കെ എസ് ആർ ടി സി ബസ് സ്റ്റേഷൻ എറണാകുളം • ചിറ്റൂർ റോഡ് എറണാകുളം • മച്ചിങ്ങൽ ലെയ്ൻ തൃശൂർ • ഐ ജി റോഡ് കോഴിക്കോട് • മാവൂർ റോഡ് കോഴിക്കോട് • എൻ ജി ഒ യൂണിയൻ ബിൽഡിങ് കണ്ണൂർ • സെൻട്രൽ ബസ് ടെർമിനൽ കോംപ്ലക്സ് താവക്കര കണ്ണൂർ

CO - 2165 / 3625

വിലാപവൃക്ഷത്തിലെ കാറ്റ്
(നോവൽ)

സതീഷ്ബാബു പയ്യന്നൂർ

ചിന്ത പബ്ലിഷേഴ്സ്
തിരുവനന്തപുരം-695 035

സതീഷ്ബാബു പയ്യന്നൂർ

ഹൈസ്ക്കൂൾ വിദ്യാഭ്യാസകാലം തൊട്ടേ വിവിധ ആനുകാലികങ്ങളിൽ കഥകളും ഫീച്ചറുകളും എഴുതിത്തുടങ്ങി. ആറ് കഥാസമാഹാരങ്ങളും പത്ത് നോവലുകളുമടക്കം ഇരുപതോളം പുസ്തകങ്ങൾ. 1985 ൽ 'ദൈവം' എന്ന കഥയ്ക്ക് കാരൂർ അവാർഡ്. 'സീൻ ഓവർ' എന്ന കഥാസമാഹാരത്തിന് 2006 ലെ എസ് ബി ടി അവാർഡും 2007 ലെ അബുദാബി ശക്തി അവാർഡും നേടി. 'പേരമര'ത്തിന് 2012 ലെ കേരളസാഹിത്യ അക്കാദമി അവാർഡ്, ഫൊക്കാന ഇന്റർനാഷണൽ റൈറ്റേഴ്സ് അവാർഡ്, ടി കെ ഡി നമ്പൂതിരി സ്മാരക സാഹിത്യ അവാർഡ് എന്നിവ ലഭിച്ചു. 1985 മുതൽ 2001 വരെ സ്റ്റേറ്റ് ബാങ്ക് ഓഫ് ട്രാവൻകൂറിൽ ജോലി ചെയ്തു. ഇപ്പോൾ തിരുവനന്തപുരത്ത് പനോരമ എന്ന മാധ്യമ സ്ഥാപനത്തിന്റെ ഓണററി ഡയറക്ടറായും കേരളസർക്കാരിന്റെ സാംസ്കാരിക വിനിമയ സ്ഥാപനമായ ഭാരത് ഭവന്റെ മെമ്പർ സെക്രട്ടറിയായും പ്രവർത്തിക്കുന്നു. കേരള ചലച്ചിത്ര അക്കാദമിയുടെയും സാഹിത്യ അക്കാദമിയുടെയും ഭരണസമിതി അംഗവും കണ്ണൂർ സർവ്വകലാശാല സെനറ്റ് അംഗവുമായിരുന്നു. ടെലിവിഷൻ രംഗത്തെ പ്രവർത്തനങ്ങൾക്ക് 2005 ലെ ഫിലിം ക്രിട്ടിക്സ് സ്വർണ്ണമെഡലും 2013 ലെ റോട്ടറി ഇന്റർനാഷണൽ അവാർഡും നേടി. നക്ഷത്രക്കൂടാരം, ഓ ഫാബി എന്നീ ചലച്ചിത്രങ്ങൾക്ക് തിരക്കഥ രചിച്ചിട്ടുണ്ട്.

ഭാര്യ : ഗിരിജ

മകൾ : വർഷ

വിലാസം : ഡി –1
ആർ പി അപ്പാർട്ട്മെന്റ്സ്,
മാതൃഭൂമിക്കു മുൻവശം
വഞ്ചിയൂർ, തിരുവനന്തപുരം –35

email : satheeshbabupayyanur@gmail.com

Mob : 98470 60343

പ്രസാധകക്കുറിപ്പ്

സതീഷ്ബാബു പയ്യന്നൂരിന്റെ *വിലാപവൃക്ഷത്തിലെ കാറ്റ്* 1988 ലാണ് *കലാകൗമുദി*വാരികയിൽ ഖണ്ഡശ്ശ പ്രസിദ്ധീകരിച്ചത്. വടക്കൻ കേരളത്തിലെ മലയോരങ്ങളിൽ കുടിയേറിയ ക്രൈസ്തവരുടെ ജീവിതമാണ് ഈ നോവലിലൂടെ അനാവൃതമാകുന്നത്. ഫാദർ സ്തേവ, മറിയം, എബ്രഹാം, ലാസർ, ജോർജ്ജുകുട്ടി രൂത്ത് തുടങ്ങിയ ജീവനുള്ള കഥാപാത്രങ്ങൾ, ജീവനുള്ള ഭാഷ *ബൈബിൾ* കഥകളുടെ അന്യാപദേശരൂപത്തിലുള്ള ആഖ്യാനം. *വിലാപവൃക്ഷത്തിലെ കാറ്റി*ന്റെ ചിന്ത പതിപ്പ് പ്രസിദ്ധീകരിക്കാൻ കഴിഞ്ഞതിൽ ഞങ്ങൾക്ക് സന്തോഷമുണ്ട്.

ചിന്ത പബ്ലിഷേഴ്സ്

ഒന്നാം പതിപ്പിന്റെ അവതാരിക

ഒരു നിലവിളിപോലെ...

വിലാപം മഴപോലെയും കാറ്റുപോലെയും ആഞ്ഞുവീശിയ ദിനങ്ങൾ എനിക്കിന്നും ഓർമ്മയിലുണ്ട്. 1985 നും 88 നും ഇടയിലെ കുറേ ദിനങ്ങൾ. ഞാനന്ന് കണ്ണൂരിന്റെ കിഴക്കൻ മലയോരഗ്രാമങ്ങളിലായിരുന്നു. അവിടെ ഒരു കുടിയേറ്റഗ്രാമത്തിൽ, അവരിലൊരാളായി ഞാൻ കഴിഞ്ഞു. കമ്പിപ്പാലവും കുരിശുപള്ളിയും റബ്ബർമരങ്ങളും വൃദ്ധനായ പുരോഹിതനും കപ്യാരും കണ്ണുനീർ നനവുകൾ കൃഷ്ണമണികളിൽ തെളിയിച്ച മാലാഖമാരും ഒക്കെയുള്ള ആ കൊച്ചു ഗ്രാമത്തിൽനിന്ന് ഞാൻ കണ്ടെടുത്ത മറിയം. അവൾ നല്ലവളായിരുന്നു. എന്നാലോ ചീത്ത സ്ത്രീയെന്ന പേര് ലഭിച്ചവളായിരുന്നു. കണ്ണുനീരുറവ വറ്റിപ്പോയവൾ. ഒടുവിൽ തിരിച്ചറിവിന്റെയും തിരിച്ചുവരവിന്റെയും കാലത്തേക്ക് കടന്നവൾ...

പിന്നേയും ദിവസങ്ങൾക്കും മാസങ്ങൾക്കും ശേഷം ഒരു രാവിൽ ഒരു നിലവിളിപോലെ എന്റെ മനസ്സിൽ ആ ഗ്രാമമുണർന്നു. കമ്പിപ്പാലം വലിയ ശബ്ദമെടുത്ത് കുലുങ്ങി. ചെങ്ങളായിയിലും ശ്രീകണ്ഠപുരത്തും വെള്ളം പൊങ്ങിയുയർന്ന വാർത്തകൾ ദൂരെ ഒരു നഗരത്തിലിരുന്ന് ഞാൻ വായിക്കുകയായിരുന്നു. അന്നാടുകൾക്കരികെ മറിയയുടെ ഗ്രാമം പെട്ടെന്നെന്റെ ഓർമ്മയിൽവന്നു. ഞാൻ മറിയയുടെ ചുവന്നുകലങ്ങിയ കണ്ണുകൾ കണ്ടു...

എഴുതിത്തീർത്തത് വളരെ പെട്ടെന്നായിരുന്നു... ഏതാണ്ട് ഒരേഴു രാപ്പകലുകൾ... അത് അനുസ്യൂതം പകർന്നുകിട്ടി. എന്റെ പരിസരങ്ങളിൽത്തന്നെ മറിയവും രൂത്തും ഫാദർ ഗബ്രിയേലും ജോർജ്ജുകുട്ടിയും ഫെർണാണ്ടസും സൂസനുമൊക്കെ നിലകൊണ്ടു.

'മറിയം നല്ലവൾ' എന്നായിരുന്നു ഞാനാദ്യം ഉദ്ദേശിച്ച ശീർഷകം.

പിന്നീട് കുറേക്കൂടി ഉചിതം ഇപ്പോഴത്തേതാണെന്നു തോന്നി. ശരിക്കും ഞാൻ വിലാപവൃക്ഷങ്ങളെക്കുറിച്ചു തന്നെയാണ് എഴുതിയത്. കാറ്റുമുരളുന്ന, മഴ തകർക്കുന്ന വിലാപവൃക്ഷങ്ങൾ.

ഇതിന്റെ ആദ്യവായന നിർവ്വഹിച്ച, മറിയത്തെ കണ്ടെത്തിയ *കലാകൗമുദി*യിലെ ജയചന്ദ്രൻസാറിനോടും വിജുവിനോടും എനിക്ക് സ്നേഹവും നന്ദിയും.

പിന്നെ എന്നിലെ കഥാകാരനെ പിന്തുടരുന്ന നിങ്ങളോട് തീരാത്ത കടപ്പാടും.

തിരുവനന്തപുരം
15 സെപ്തംബർ 1996

സതീഷ്ബാബു പയ്യന്നൂർ

അവർ നാലുപേർ മാത്രമായിരുന്നു ആദ്യം. ഇടവകയുടെ കിഴക്കു വശത്തുനിന്ന് ഒരു ചുഴലിയായി പുറപ്പെട്ടവർ.... അന്തോണി, പൈലി, എസ്തപ്പാൻ, പിന്നെ വിളക്കയിൽ ജോർജുകുട്ടിയും. കൈയിൽ മുട്ടൻവടികളും തീപ്പന്തങ്ങളുമായി അവർ ആരവം പുറപ്പെടുവിച്ച് കടന്നുവന്നു. സംഭവമറിഞ്ഞും അറിയാതെയും, ഒട്ടൊന്നു ശങ്കിച്ചതിൽ പിന്നെയും, പലരായി അവരിൽ ചേർന്നു. അതൊരു കൊടുങ്കാറ്റായി. കൊടുങ്കാറ്റിന്റെ ദിശ പള്ളിയിലേക്കായിരുന്നു....

ഫാദർ സ്തേവ ദൂരെനിന്നുതന്നെ ആ വരവുകണ്ടു. വെള്ളികെട്ടിയ വട്ടക്കണ്ണട കൈയിലെടുത്ത്, വലതു കൈപ്പത്തി കണ്ണുകൾക്കു മുകളിലുയർത്തി, ഒന്നു കുനിഞ്ഞ് അദ്ദേഹം അടിവാരത്തിലേക്ക് നോക്കി. അതുതംതന്നെ. ഇരുട്ട് പൂർണ്ണമായും പെയ്തുകഴിഞ്ഞിരുന്നില്ല. അരണ്ട വെളിച്ചം മറയാൻ മടിച്ച് മങ്ങിനിൽപ്പുണ്ടായിരുന്നു. പൊടുന്നനെ കമ്പിപ്പാലം അസാധാരണമായ കുലുക്കം പുറപ്പെടുവിച്ചതിനാൽ അതെന്തെന്നറിവാനായിരുന്നു ഫാദർ പുറത്തിറങ്ങിയത്. പടികൾക്കു താഴെ, ചതുപ്പിനുമപ്പുറം പുഴയുടെ മാറിൽ ഞാന്നുകിടക്കുന്ന കമ്പിപ്പാലത്തിൽ അനേകം വെളിച്ചത്തുണ്ടുകൾ. അത് അവരുടെ വരവായിരുന്നു. എന്നാൽ ഫാദർ സ്തേവ ഒന്നുമറിഞ്ഞില്ല. അദ്ദേഹത്തിന്റെ വാർദ്ധക്യം പടർന്ന ശരീരം വിറപൂണ്ടു. വെളിച്ചത്തുണ്ടുകളല്ല, ആരവമാണ് ഭയമുണ്ടാക്കുന്നത്. ഉം, ഇത് തീർച്ചയാണ്. ഇടവക വീണ്ടും പിശാചുബാധയിൽ ഞെരുങ്ങുന്നു. ദൈവമേ, നീ എനിക്കും എന്റെ കുഞ്ഞുങ്ങൾക്കും ഇത്രമേൽ പരീക്ഷണം നല്കുവതെന്ത്?

തിടുക്കത്തിൽ അകത്തേക്കു വരികയും എന്നാൽ ആകെ ആശയക്കുഴപ്പത്തിന്റെ വായിലമർന്ന് പുറത്തേക്കുതന്നെ വരികയും ചെയ്ത

ഫാദർ സ്തേവ അനവധി തവണ അതു തുടർന്നു. വെളിച്ചത്തുണ്ടുകളും അട്ടഹാസങ്ങളും അടുത്തടുത്തുവന്നുകൊണ്ടിരുന്നു. അതു വല്ലാത്ത ഒരു കാഴ്ചതന്നെ. പാലത്തിനു മേലേയും അതേസമയം താഴേയും തീയാളുന്നതായി തോന്നി. പുഴയിൽ നിഴലുകൾ...

പകൽ മുഴുവൻ സ്വസ്ഥത നഷ്ടപ്പെട്ട ആത്മാവിന്റെ തളർച്ചയിൽ സ്വയം ഖേദിച്ച് കഴിഞ്ഞുകൂടുകയായിരുന്നു ഫാദർ. കറുത്തിരുണ്ട ഒരു ഞായറാഴ്ചയായിരുന്നു അത്. സൂര്യൻ മേക്കോത്ത് കുന്നുകൾക്കുമേൽ തീക്ഷ്ണമായി ജ്വലിച്ചുനിന്നിട്ടും ഇടവകയിലാകെ ഇരുൾ. കാലത്ത് കുറേശ്ശെ മഞ്ഞുണ്ടായിരുന്നു. റബ്ബർക്കാടുകളാകെ പുകയിൽ പുതഞ്ഞു കിടന്നു. പുഴയ്ക്കപ്പുറം വ്യക്തമായിരുന്നില്ല. എട്ടുമണിക്കു കുർബാനയ്ക്ക് ആരും വന്നെത്തിയില്ലെന്നുകണ്ട്, കാരണമെന്താണെന്നതിശയിച്ചു ഫാദർ. കപ്യാർ ഓത എന്തോ സംശയിച്ചു. അതെന്തെന്ന് വെളിപ്പെടുത്തുവാൻ ഏറെനേരം അയാൾക്കായില്ല. അച്ചന്റെ മുഖത്തേക്കു നോക്കുമ്പോൾ മനസ്സിന് തീപിടിച്ചതുപോലെ. ആ പ്രായം ഇത്തരം സന്ദിഗ്ദ്ധഘട്ടങ്ങൾ മറികടക്കാൻ വയ്യാത്തതാണ്. കപ്യാർ ഓതയ്ക്കതറിയാം. എങ്കിലും മുക്കിയും മൂളിയും തന്റെ മനസ്സിലിരിപ്പ്, പതിഞ്ഞ ശബ്ദത്തിൽ അയാൾ കേൾപ്പിച്ചു. മറിയത്തെച്ചൊല്ലി ഇന്നലെ വൈകിട്ടുതന്നെ....

ഫാദർ സ്തേവ ഒരു ഇരുണ്ട പകലത്രയും മനസ്സിൽ വിധിച്ചു തീർത്തു. സങ്കീർത്തനങ്ങളാൽ മനസ്സു നിറഞ്ഞു. പള്ളിമുറ്റത്തേക്കുള്ള നീണ്ട പടിക്കെട്ടുകളിൽ അപ്പോഴേക്കും കൊടുങ്കാറ്റെത്തിക്കഴിഞ്ഞു. ഫാദർ ആരുടെയോ തുണയ്ക്കുവേണ്ടി ആഗ്രഹിച്ചു. അടുത്തെങ്ങും ആരുമില്ല. വിജനമായ ഒരു മണൽപ്പരപ്പിൽ, നോക്കുകുത്തിയായി നാട്ടപ്പെട്ട മരക്കുരിശായി സ്വയം സങ്കല്പിച്ചു. അനന്തരം ഫാദർ ആകാശത്തേക്ക് മുഖമുയർത്തി.

കൈയിൽ എരിഞ്ഞിരുന്ന ചൂട്ട് പള്ളിമുറ്റത്തെ മനോഹരങ്ങളായ റോസാച്ചട്ടികളിലൊന്നിൽ കുത്തിക്കെടുത്തിയശേഷം വിളക്കയിൽ ജോർജുകുട്ടി "അച്ചോ ഒന്നുകീ ഈ ഇടവക. അല്ലെങ്കീ ആ പിഴച്ചോള് മറിയം..."

അങ്ങനെ പറഞ്ഞതിന് ഫാദർ മറുപടിയൊന്നും തീർപ്പുകല്പനയായി പറയുകയുണ്ടായില്ല. അത് ജോർജുകുട്ടിയുടെ അരിശം വർദ്ധിപ്പിച്ചതേയുള്ളു. അയാൾ, തന്റെ സംഘത്തിനു മുന്നിലായി നിവർന്നുനിന്ന് ഇങ്ങനെ പറഞ്ഞു: "അച്ചൻ ചുമ്മാ കൈയുംകെട്ടി നില്ക്കുവാണേല്, കാര്യം കാര്യായിട്ടുതന്നെ നടത്താൻ ഞങ്ങൾക്കാവും...."

ഫാദർ സ്തേവ വേവുകയായിരുന്നു. എന്തു പറഞ്ഞാണ് ഇപ്പോൾ ശാന്തിയുടെ വെള്ളിവെളിച്ചം പരത്തേണ്ടത്? ഒന്നുമറിയുന്നില്ലല്ലോ. ഇവരോ, എല്ലാം കാലേക്കൂട്ടി തീരുമാനിച്ചുറപ്പിച്ചുവന്നിരിക്കുകയും. ഇവരോട് ക്ഷമയുള്ളവരായിരിപ്പാൻ എനിക്കു കല്പിക്കാൻ വയ്യ. ഇവരുടെ ഉള്ളം പിശാചിന്റെ ചരടുകളാൽ ബന്ധിതം. ഇവർ വെറും പാവകൾ. ഇവരുടെ

മനസ്സിൽ ഇരുട്ടും പുകയും. ഫാദർ സ്തേവ അകലെയെവിടെയോ ഏറെ നേരമായി തറഞ്ഞുകിടപ്പായിരുന്ന കണ്ണുകൾ ആൾക്കൂട്ടത്തിലേക്കു തുറന്നു. വിളക്കയിൽ ജോർജുകുട്ടിയെ കണ്ടു. എസ്തപ്പാനെ കണ്ടു. പൈലിയെയും അന്തോണിയെയും കണ്ടു. ഫിലിപ്പിനെയും കണ്ടു. ഇട വകയിലെ ആണുങ്ങളെല്ലാം തന്റെ മുന്നിൽ ക്ഷുഭിതരായ ചെന്നായ്പ്പറ്റംപോലെ...

ഫാദർ സ്തേവ പതിയെ നടന്നടുത്ത്, "ഞാനൊന്നു പറഞ്ഞോട്ടെ" എന്നു പറഞ്ഞതിന്, അക്ഷമ മറച്ചുവയ്ക്കാതെ, "വേഗമാകട്ടെ" എന്നു പിറുപിറുത്ത് അവർ ചെവികൾ തുറന്നുനിന്നു.

"ഇന്നു ഞായറാഴ്ചയായിരുന്നു." ഫാദർ അതു പറഞ്ഞ് ഏവരുടെയും മുഖങ്ങളിലേക്കു നോക്കി. "നിങ്ങളാരും ഇന്നിതുവഴി വരികയുണ്ടായില്ല.... അത് എന്ത്, വിശ്വാസത്തിന് എതിരെയും പാപവുമല്ലേ?"

''അയ്യോ...." ആൾക്കൂട്ടത്തിനിടയിൽനിന്ന്, തനിക്കു സംസാരിക്കാനൊരവസരം ലഭ്യമാക്കണമെന്നു പിടിവാശിയാലെന്നപോലെ, കുതറിക്കടന്നു വന്ന് ബനാച്ചൻ തുടങ്ങി: "ഇടവക നിന്നു പൊരിയുമ്പോഴാണോ കുർബ്ബാനയും സങ്കീർത്തനോം?– അച്ചൻ ഞങ്ങളെ ഞങ്ങളുടെ വഴിക്ക് വിട്ടേര്...." പറയുമ്പോൾ ബനാച്ചന്റെ കൈകളും കാലുകളും സവിശേഷമായ ഒരു രീതിയിൽ ഇളകിത്തെറിച്ചുകൊണ്ടിരുന്നു. അത് അയാളുടെ പതിവുവഴക്കവുമായിരുന്നു.

"അതുതന്നെയാ എനിക്കും പറയാനുള്ളത്...." ജോർജുകുട്ടി ഏറ്റുപിടിച്ചു. "ഞങ്ങൾ പോവുകയാ. അച്ചനോട് സംഗതിയൊന്നു പറഞ്ഞേച്ച് കാര്യം തുടങ്ങാമെന്നു കരുതി വന്നതാ."

അനന്തരം അവർ പിൻവാങ്ങി. പലരുടെയും ചൂട്ടുകൾ കത്തിത്തീരാറായിരുന്നു. എങ്കിലും അകന്നകന്നു പോയിട്ടും വെളിച്ചം കൂടുതൽ കൂടുതൽ ശോഭിക്കുന്നതുപോലെ. ഫാദർ സ്തേവ വെറുതെ നോക്കിനിന്നു. വിറങ്ങലിച്ച ശരീരം കുഴയുന്നു. ചുവരിൽ താങ്ങി നിലത്തമർന്നു. അവരെ തിരികെ വിളിക്കാൻ ആഗ്രഹമുണ്ടായി. ഓടി അവർക്കു മുന്നിലെത്തി തടുക്കാൻ ആഗ്രഹമുണ്ടായി. നാവനങ്ങിയില്ല. ശബ്ദമുയർന്നില്ല. കുലുങ്ങുന്ന കമ്പിപ്പാലവും അകലുന്ന വെളിച്ചത്തുണ്ടുകളും അട്ടഹാസങ്ങളും മാത്രം. "മറിയം...." ആ ചുണ്ടുകൾ വിറപൂണ്ടു.

ആളുകളൊഴിഞ്ഞുപോയിട്ടും അൾത്താരയ്ക്കു മുന്നിൽ ഒരാൾ. തല വഴി വസ്ത്രം മൂടി, മുട്ടുകാലിൽനിന്നുയരാതെ മറിയം. ഏതോ ഭ്രണത്തിലൂടെ, ഏതോ ലോകത്തിലൂടെ, ഏതോ കാലത്തിലൂടെ അവൾ കടന്നുപോവുന്നു. ആ ഇരിപ്പും ഭാവവും അങ്ങനെ തോന്നിക്കുന്നു. സക്രാരിയടച്ച് തിരിഞ്ഞപ്പോൾ, ഫാദർ സ്തേവ കണ്ടു. ഇരിപ്പിടങ്ങളിലൊന്നിനരികിൽ, നിലത്ത് മുട്ടുകുത്തി പ്രാർത്ഥിക്കുന്ന ഒരാളുടെ ശിരസ്സ് –

അത് മറിയമാണ്. അവളുടെ ദുഃഖത്തിന് ചിറകുകളില്ല. തടുക്കു

വാനുമാവില്ല. ഒരു ജനാവലിക്ക് പന്തീരായിരം സംവത്സരങ്ങളിലേക്കു വേണ്ട കണ്ണീരത്രയും ചെറിയൊരായുസ്സിലേക്കായി ഒരാൾക്കു തനിയെ നല്കപ്പെട്ടിരിക്കുന്നു....

"മറിയം...." ഫാദർ സ്തേവ മുന്നിലെത്തി. എന്തു പറയണമെന്നോ, എങ്ങനെ തുടങ്ങണമെന്നോ അറിവീല, ഞാനെന്തു ചെയ്യേണ്ടു എന്നോർത്തു. മുഖമുയർത്തിയ മറിയം നനഞ്ഞ കണ്ണുകളാൽ പുരോഹിതനെ കണ്ടു. കാലത്ത് നീലത്തിരശ്ശീലയ്ക്കപ്പുറമിരുന്ന് തന്റെ പിടയുന്ന മനസ്സ് കണ്ടയാൾ... ഓർക്കേ, മറിയത്തിന്റെ മനസ്സ് ഇടിഞ്ഞു.

"അച്ചോ, ഞാൻ ചാവാൻ ഉറച്ചു... വയ്യ ഇങ്ങനെ ജീവിക്കാൻ..."

നിനക്കെന്ത്, നീ ഏതും സഹിക്കാൻ കെൽപ്പുള്ളവൾ, മറിയമേ, നിന്റെ വ്യസനങ്ങൾ ചിന്തകൾകൊണ്ടു മറയ്ക്ക. എല്ലാം മറക്കാനും പൊറുപ്പാനും യഹോവ ശക്തി തരുന്നു. നീയോ അത് കൈക്കൊള്ളുന്നു.... പക്ഷേ, ഫാദർ ഒന്നും പറയാതെ അങ്ങനെ നിന്നു. മുന്നിലെ കണ്ണീരിന്റെ കടലിൽ, പങ്കായം നഷ്ടപ്പെട്ട തോണിക്കാരനായി അങ്ങനെ നിന്നു. തിരമാലകൾ ആർത്തുവന്നടിക്കുന്ന കരിങ്കൽക്കെട്ടായി അങ്ങനെ നിന്നു.

മറിയം എഴുന്നേറ്റ്, "ഞാൻ പോകുന്നു" എന്നു പറഞ്ഞതിന് ഫാദർ സ്തേവ: "നീ അഹിതമൊന്നും പ്രവർത്തിക്കാതിരിക്ക. ഇന്ന് സന്ധ്യമുതൽ അടുത്ത പുലർച്ചവരെ ചിന്തിക്ക. ഇരുളിൽ നിനക്ക് മാലാഖമാർ കൂട്ടായ് വരും..."

ഒരു കുർബ്ബാന കൈക്കൊള്ളൽകൊണ്ടും തീരാത്ത ദുഃഖവുമായി മറിയം യാത്രയായി. അതിനുശേഷം മൂന്നു ഞായറാഴ്ചകൾ തീർന്നിരിക്കുന്നു. ഒരിക്കലും മറിയം വന്നില്ല. ഫാദർ സ്തേവ ഓർത്തു. ഞാൻ അവളെ അന്വേഷിച്ചതുമില്ല. കെട്ടിയവൻ ചത്ത പെങ്കൊച്ച്. വീട്ടിലോ അനാഥയും.

ഇപ്പോഴിതാ അവഹേളനങ്ങൾക്കു നടുവിൽ മറിയം. ഞാനോ, ചുമ്മാ മൗനം പൂകയും...

ഓർത്തോർത്ത് ഫാദർ സ്തേവ, ഒരു വല്ലാത്ത ഓർമ്മയിൽ ചെന്നുപെട്ടു.

ചുവന്ന പുഴ, മേക്കോത്ത് കുന്നുകളിൽനിന്ന് ഗർജ്ജനം മുഴക്കി വന്നെത്തിയ വെള്ളം ഭൂമിയും സമുദ്രവും തമ്മിലുള്ള ബന്ധം നഷ്ടപ്പെടുത്തി. വെള്ളങ്ങളുടെ മദ്ധ്യേ ഉണ്ടാക്കപ്പെട്ട വിതാനം നഷ്ടമായി. വെള്ളത്തിനും വെള്ളത്തിനും തമ്മിലുള്ള വേർപിരിവ് നഷ്ടമായി. എങ്ങും ചുവന്ന വെള്ളം മാത്രം.

ഇടവക രണ്ടായി പകുത്ത്, വെള്ളത്തിനിപ്പുറം പള്ളിയും അപ്പുറം തെരുവുകളുമായി. അത് നാശം എന്ന് ജനം കണ്ടു. നിസ്സഹായരായി വെള്ളത്തിനപ്പുറം നിന്നു. മറുപുറം, മഴയിൽ കുതിർന്ന കുരിശ്...

മഴയുടെ നാളുകൾ നീണ്ടുപോയി. കാറ്റും പിശറും എങ്ങും ഭവന

ങ്ങളിലെ ഇറവരമ്പിലിരുന്ന് മഴയെ നോക്കി അവർ നിരൂപിച്ചു. നോഹയുടെ കാലമോ! നോഹയുടെ ആയുസ്സിന്റെ അറുനൂറാം സംവത്സരത്തിൽ രണ്ടാംമാസം പതിനേഴാം തീയതി, അന്നുതന്നെ ആഴിയുടെ ഉറവുകൾ ഒക്കെയും പിളർന്നു; ആകാശത്തിന്റെ കിളിവാതിലുകളും തുറന്നു. നാൽപ്പതുരാവും നാൽപ്പതു പകലും ഭൂമിയിൽ മഴപെയ്തു. ഭൂമിയിൽ നാൽപ്പതുദിവസം ജലപ്രളയം ഉണ്ടായി. വെള്ളം വർദ്ധിച്ചു. പെട്ടകം പൊങ്ങി. നിലത്തുകി, പെട്ടകം വെള്ളത്തിൽ ഒഴുകിത്തുടങ്ങി. വെള്ളം ഭൂമിയിൽ അത്യധികം പൊങ്ങി ആകാശത്തിൽ കീഴെങ്ങുമുള്ള ഉയർന്ന പർവ്വതങ്ങളൊക്കെയും മൂടിപ്പോയി. പർവ്വതങ്ങൾ മൂടുവാൻതക്കവണ്ണം വെള്ളം പതിനഞ്ചുമുഴം അവയ്ക്കു മീതെ പൊങ്ങി. പറവകളും കന്നുകാലികളും കാട്ടുമൃഗങ്ങളും നിലത്തിഴയുന്ന എല്ലാ ജാതിയുമായി ഭൂചരജന്തുമൊക്കെയും സകലമനുഷ്യരും ചത്തുപോയി. കരയിലുള്ള സകലത്തിലും മൂക്കിൽ ജീവശ്വാസമുള്ളതൊക്കെയും ചത്തു...

മേക്കോത്ത് കുന്നുകൾ സർവ്വം സാക്ഷികളായി നിലകൊണ്ടു. വെള്ളമൊടുങ്ങിയില്ല. പുരോഹിതരും ഇടവകയും തമ്മിൽ വകഞ്ഞുമാറ്റിക്കൊണ്ട് വെള്ളം നിന്നു. കൂട്ടപ്രാർത്ഥനകൾ, വിലാപങ്ങൾ, പതിഞ്ഞ സങ്കീർത്തനങ്ങൾ...

കാലമതേവരെ ഇടവകയിൽ ഇത്തരമൊരശാന്തി കടന്നുവന്നിരുന്നില്ല. പള്ളിക്കൂടം അടഞ്ഞുകിടന്നു. പുഴയ്ക്കിപ്പുറം പള്ളിയോടനുബന്ധിച്ചായിരുന്നു കോൺവെന്റും സ്കൂളും. സിസ്റ്റർ ആഗ്നസും ഒക്ടോവിയയും ടെറസ്സിൽ വന്നു നിന്നു താഴേക്ക് നോക്കി. കണ്ണെത്താ ദൂരത്തോളം പരന്നുകിടക്കുന്ന പുഴയും റബ്ബർക്കാടുകളുടെ ഇരുണ്ട പച്ചപ്പും. അവിടെയെവിടെയോ തങ്ങളുടെ കുഞ്ഞുങ്ങളുണ്ട്. അവർ പ്രതീക്ഷിക്കുന്നു; നാളെ, അല്ലെങ്കിൽ അടുത്ത നാളെ അവർക്ക് പുഴയ്ക്കിപ്പുറം വരുവാനാവും. തങ്ങളുടെ സിസ്റ്ററന്മാരുടെ അരികിലെത്താനാവും...

ഫാദർ സ്തേവയുടെ മനസ്സിൽ ആ വെള്ളപ്പൊക്കം നിറഞ്ഞു നിൽക്കെ, എബ്രഹാം ഒഴുക്കിനെ മുറിച്ച്, പുഴനീന്തി കരയിലേക്ക് വലിഞ്ഞുകയറുന്നു.... തളർന്നു കുഴയുന്ന ശരീരവും കൈകാലുകളും നിലയ്ക്കുനിർത്താൻ പാടുപെട്ട്, ഇടവകയുടെ മുഴുവൻ പ്രതിനിധിയായി എബ്രഹാം വരുന്നു....

ദാരിദ്ര്യം, ഭീതി, കഷ്ടപ്പാടുകൾ....

എബ്രഹാം വെളിപ്പെടുത്തി. പരമാർത്ഥങ്ങൾ ഗ്രഹിച്ച് ഫാദർ സ്തേവയുടെ ഉള്ളം വിറങ്ങലിച്ചതിന് എബ്രഹാം: "അയ്യോ, ഓരോ ആണ്ടിലേം കൊടുതികള് തീരണെ അണകെട്ടിയേ, ഒക്കത്തുള്ളൂ. മേക്കോത്ത് കുന്നിനും പുനമ്പിള്ളിക്കുന്നിനും ഇടയില് ഒരണ..."

ഫാദർ സ്തേവയുടെ മനംപിടഞ്ഞു: "എബ്രഹാം... അതിന് കെൽപ്പുള്ളവരായി ആരുള്ളൂ" എന്നു ചോദിച്ചതിന് എബ്രഹാം "സത്യവിശ്വാസമുള്ള ഞങ്ങൾ, ഈ ഇടവകക്കാർ" എന്ന് കേൾപ്പിച്ചു. ഫാദർ സ്തേവ

എബ്രഹാമിനെ പുണർന്നു, ചുംബിച്ചു.

അണക്കെട്ട് വലുതായിരുന്നില്ല. എങ്കിലും മനുഷ്യശക്തി വലുതായി വേണ്ടിവന്നു. ആരും തളർന്നില്ല. മുന്നിൽ കരുത്തനായ ആ ചെറുപ്പക്കാരനായിരുന്നു. എബ്രഹാം എവിടെയുമുണ്ട്. ആയിടെയായിരുന്നു അയാൾ മറിയത്തെ കെട്ടിയത്. ഈശ്വരചിന്തയിലും മനുഷ്യനന്മയിലും വിശ്വാസമർപ്പിച്ചു ജീവിക്കുന്ന എബ്രഹാമിന് എന്തുകൊണ്ടും ചേർച്ചയുള്ളവൾ മറിയം. ഇടവകയാകെ സന്തോഷിച്ച ദിനമായിരുന്നു എബ്രഹാമിന്റെ വിവാഹദിനം. അതിനുശേഷം മഴ വന്നു. വെള്ളമുയർന്നു. ഒടുവിൽ വീണ്ടും എബ്രഹാമിനെച്ചൊല്ലി ഇടവകയിൽ സന്തോഷം പരക്കുന്നു. മംഗളഗാനം ആലപിക്കയാണ്. എബ്രഹാം മനുഷ്യരിൽ വച്ച് മനുഷ്യൻ. അവനോ പാപത്തിന്റെ വഴിയിൽനിന്ന് ലോകത്തെ മാറ്റുന്നു. അശരണർക്ക് ശരണമേകുന്നു. അസുഖക്കാർക്ക് സുഖമേകുന്നു.

ഫാദർ സ്തേവ ആ ചെറുപ്പക്കാരനിൽ വിശ്വാസവും അഭിമാനവുംകൊണ്ടു. ഒരു കുർബ്ബാനപ്രസംഗത്തിൽ നീണ്ട സമയം എബ്രഹാമിനായി നീക്കിവയ്ക്കുകയും ചെയ്തു...

പുഴയ്ക്കു കുറുകെ പാലം വേണമെന്ന അഭിപ്രായമുയർത്തിയതും കമ്പിപ്പാലത്തിന്റെ നിർദ്ദേശം വച്ചതും ആ ചെറുപ്പക്കാരൻ എബ്രഹാം ആയിരുന്നു.

എന്നിട്ടോ ഫാദർ സ്തേവയുടെ കണ്ണുകളിൽ സമുദ്രം....

അനന്തരം മോശെ യിസ്രായേൽ മക്കളുടെ സംഘത്തെ ഒക്കെയുംകൂട്ടി അവരോടു പറഞ്ഞത്: നിങ്ങൾ ചെയ്യാൻ യാഹോവ കല്പിച്ച വചനങ്ങൾ ആവിതു. ആറുദിവസം വേല ചെയ്യേണം. ഏഴാം ദിവസം നിങ്ങൾക്കു വിശുദ്ധമായി യാഹോവയുടെ മഹാസ്വസ്ഥതയുള്ള ശബ്ബത്ത് ആയിരിക്കേണം; അന്നു വേലചെയ്യുന്നവൻ എല്ലാം മരണശിക്ഷ അനുഭവിക്കേണം....

തളർന്നുകുഴയുമ്പോഴും എബ്രഹാം ഓർമ്മിപ്പിച്ചു. ഈ കമ്പിക്കാൽകൂടി.. ഇതിനു മുകളിൽ ഈ പലകത്തണ്ടുകൂടി ഇത്രയും കൂടിയായാൽ മുക്കാൽ ഭാഗവും തീർന്നല്ലോ....

ആളുകൾ പണിതുകൊണ്ടേയിരുന്നു. പുഴ ഏതിനും സഹകരിച്ചു നിന്നുകൊടുത്തു. അക്കരെയും ഇക്കരെയും ഉറപ്പിച്ച ഉരുക്കുകാലുകൾക്ക് ഒരു നൂറ്റാണ്ടിന്റെ ശക്തിയും ഉന്മേഷവും. കാലുകളിൽ കെട്ടിഞാത്തിയ ഉരുക്കുകയറിനോ, പത്തുനൂറ്റാണ്ടിന്റെ ആയുസ്സ് – സ്വപ്നത്തിലെ കാഴ്ച പോലെ പുഴയുടെ നീലപ്പരപ്പിനുമേൽ ആടിയുലയുന്ന കയറുപാലം. ഇതാ, തീരാറായി. ഇനി ഒരു നാൾകൂടി. എങ്കിൽ നമ്മുടെ ഇടവക ധന്യമായി. എബ്രഹാം പറഞ്ഞു.

അതിന് ഫാദർ സ്തേവ, നാളെ ഞായറാഴ്ചയല്ലേ, നാളെകഴിഞ്ഞ് പണിയാം എന്നു പറഞ്ഞു. അതു വയ്യച്ചോ, തുടങ്ങിയ പണി ഇടയ്ക്കു

മുറിക്കേണ്ട എന്ന് എബ്രഹാം കട്ടായമായി പറഞ്ഞതിന്, ആളുകൾ മൗനസമ്മതത്തിൽ നിന്നു.

ഞായറാഴ്ച സൂര്യൻ ഉരുകുന്നു. പുഴ തിളങ്ങുന്നു. പടിഞ്ഞാറെക്കരയിലായിരുന്നു പണി.

ആളുകൾ താഴെ കരയിൽനിന്ന് പലകത്തട്ടുകൾ ശരിപ്പെടുത്തി വരവേ, എബ്രഹാം കമ്പിക്കാലിൽ കയറി, കമ്പിയിൽ ചാടുകളിട്ടു. ഓരോ പലകയുറപ്പിച്ചു. അതിന്റെ ഉറപ്പു പരിശോധിച്ചു. ഉറപ്പുണ്ട് എന്നു കണ്ടു. അവസാനത്തെ പലകത്തട്ടുമായി എബ്രഹാം വലതുകരംകൊണ്ട് പലകത്തട്ടു വാങ്ങി. ഇടതുകൈ കമ്പിയിൽ തൂക്കിയിട്ട്, ഞാന്നുകിടന്ന് തട്ട് ചാടിലുറപ്പിച്ചു – ജോർജുകുട്ടി തൊട്ടുതാഴെ, ഒരു താങ്ങെന്നപോൽ നിന്നിരുന്നു.

പൊടുന്നനേ ഒരു കാറ്റടിച്ചു. അത് പുഴയ്ക്കുമീതെ ഒരു രോദനമായി പടർന്നു.

പതിയെ, പാലത്തെ കൊണ്ടാടുകയും എബ്രഹാമിനെ വിസ്മരിക്കയും ചെയ്തു. കിനാവിലെ യാത്രപോലെ കമ്പിപ്പാലത്തിലൂടെ യാത്ര ചെയ്തു. പുഴയെ അതിജീവിച്ചു. വെള്ളപ്പൊക്കത്തെ ചിറ അതിജീവിച്ചു. ഇടവകയിൽ സന്തോഷവും ദൈവകൃപയും കളിയാടി, മുന്തിരിവള്ളികൾ പൂത്തു...

എബ്രഹാമിന്റെ ഭവനം ഒറ്റപ്പെട്ടുകിടന്നു. മറിയത്തിന്റെ തേങ്ങലുകളോ, അവളിൽത്തന്നെ വീണൊടുങ്ങി. എല്ലുനുറങ്ങി, ശരീരത്തിലെ മേദസ്സുകളാകെ നശിച്ച്, രൂപമേ നഷ്ടപ്പെട്ട് കിടക്കുന്ന കെട്ടിയവനരികിൽ വേദപുസ്തകം തുറന്നുവച്ച് മറിയമിരുന്നു. ഇടവേളകളിലെപ്പോഴോ ഫാദർ സ്തേവ മാത്രം കടന്നുവന്നു. പ്രാർത്ഥനകൾ, സാന്ത്വനങ്ങൾ, ആശീർവാദങ്ങൾ...

ദൈവമേ, എന്റെ നിലവിളി കേൾക്കേണമേ, എന്റെ പ്രാർഥന ശ്രദ്ധിക്കേണമേ, എന്റെ ഹൃദയം ക്ഷീണിക്കുമ്പോൾ, ഞാൻ ഭൂമിയുടെ അറ്റത്തുനിന്ന് നിന്നെ വിളിച്ചപേക്ഷിക്കും, എനിക്കു അത്യുന്നതമായ പാറയിങ്കലേക്ക് എന്നെ നടത്തേണമേ, നീ എനിക്കൊരു സങ്കേതവും ശത്രുവിന്റെ നേരെ ഉറപ്പുള്ള ഗോപുരവും ആയിരിക്കുന്നുവല്ലോ...

ശബ്ദം നേർത്തുനേർത്ത് ശ്വാസോച്ഛ്വാസംപോലെയായി. വേദപുസ്തകത്തിലെ താളുകൾ നനഞ്ഞു കുതിർന്നു. മറിയം നോക്കിയിരിക്കെ, ദൈവത്തിന്റെ സാന്നിദ്ധ്യം എബ്രഹാമിനുണ്ടായി. പാപപരിഹാരത്തിനായി കൊഴുത്തൊരു കോലാട്ടിൻകുട്ടിയെ അവനു കിട്ടിയതുമില്ല. യഹോവേ, നീ എന്നെ കൈക്കൊള്ളുക, എന്നിൽനിന്ന് പാപങ്ങളെടുക്കുക എന്നു പറഞ്ഞ് അവൻ അവന്റെ മരണത്തോടു ചേർന്നു...

ഇടവകയെ അടിക്കടി ബാധിച്ചുകൊണ്ടിരിക്കുന്ന ദുരിതങ്ങളോർത്ത് ഖിന്നനായി, ഒടുവിൽ വന്നുപെട്ട കൊടുങ്കാറ്റിനെ ഓർത്ത് വേപഥുപൂണ്ട്

ഏറെനേരം നിന്നു ഫാദർ സ്തേവ. അവർ എന്തും കല്പിച്ചാണ് പുറപ്പെട്ടിരിക്കുന്നത്. വിളക്കയിൽ ജോർജുകുട്ടി അവരുടെ നേതാവും. ദൈവമേ, എബ്രഹാമിന്റെ ഭവനത്തെ നീയെന്തിനിങ്ങനെ പരീക്ഷിക്കുന്നു....

ജനനംകൊണ്ട് നന്മയേ എബ്രഹാം പ്രവർത്തിച്ചുള്ളൂ. അവനെന്നും നല്ല കുട്ടായിരുന്നു. അവൾ മറിയം. അവളൊരിക്കലും അന്യരോടുകൂടെ ശയിക്കുകയുമില്ല....

രാത്രി ഏറെ വളർന്നുവെന്നും ചുറ്റിലും ഇരുളിന്റെ നെടുംതൂണുകളാണെന്നും ആകാശത്തിന്റെ കിളിവാതിലുകളൊന്നും തുറക്കപ്പെട്ടിട്ടില്ലെന്നും അറിഞ്ഞപ്പോൾ, പിന്നെ ആ നില്പു തുടരാതെ, ഫാദർ സ്തേവ മുറ്റത്തേക്കിറങ്ങി. എന്തും സംഭവിക്കാം, എന്തും. പരിചയാകുന്ന കർത്താവേ, നിന്റെ ശക്തികൊണ്ട് അവരെ ഉഴലുമാറാക്കിത്താഴ്ത്തേണമേ. അവരുടെ വായിലെ പാപവും അധരങ്ങളിലെ വാക്കുകളും നിമിത്തവും അവർ പറയുന്ന ശാപവും ഭോഷ്ക്കും നിമിത്തവും അവർ തങ്ങളുടെ അഹങ്കാരത്തിൽ പിടിപെട്ടുപോകാതെ കോപത്തോടെ അവരെ സംഹരിക്കേണമേ....

ആക്രോശങ്ങൾ കടന്നുപോയി. തിരമാലകളെപ്പോലെ ജനം ഓടിപ്പോയി. കൈയിലെ തീപ്പന്തങ്ങൾ ജാലകപ്പാളി നീക്കിക്കണ്ടപ്പോൾ മറിയത്തിന്റെ ഹൃദയം നനഞ്ഞു. ഏവരും തന്നെച്ചൊല്ലി അട്ടഹസിക്കുന്നു. സന്ധ്യാസമയത്ത് അവർ മടങ്ങിവരുന്നു. നായയെപ്പോലെ കുരച്ചുകൊണ്ട് അവർ പട്ടണത്തിനു ചുറ്റും നടക്കുന്നു. അവർ തങ്ങളുടെ വായ്കൊണ്ട് ശകാരിക്കുന്നു. വാളുകൾ അവരുടെ അധരങ്ങളിൽ ഉണ്ട്; ആർ കേൾക്കും എന്നവർ പറയുന്നു. എങ്കിലും യഹോവേ; നീ അവരെച്ചൊല്ലി ചിരിക്കും; നീ സകല ജാതികളേയും പരിഹസിക്കും.... എന്റെ ദൈവമേ, എന്റെ ശത്രുക്കളുടെ കൈയിൽനിന്നു എന്നെ വിടുവിക്കേണമേ, എന്നോട് എതിർക്കുന്നവരുടെ വശത്തുനിന്ന് എന്നെ ഉദ്ധരിക്കേണമേ, നീതികേടു പ്രവർത്തിക്കുന്നവരുടെ കൈയിൽനിന്ന് എന്നെ വിടുവിച്ച് രക്തപാതകന്മാരുടെ വശത്തുനിന്ന് എന്നെ രക്ഷിക്കേണമേ... ഇതാ അവർ എന്റെ പ്രാണനായി പതിയിരിക്കുന്നു. യഹോവേ, ബലവാന്മാർ എന്റെ നേരെ കൂട്ടംകൂടുന്നത് എന്റെ അതിക്രമം ഹേതുവായിട്ടല്ല, എന്റെ പാപം ഹേതുവായിട്ടുമല്ല. എന്റെ പക്കൽ അകൃത്യം ഇല്ലാതെ അവർ ഓടി ഒരുങ്ങുന്നു.....

അയ്യോ, ആരും എനിക്കുവേണ്ടി വാക്കു പറയുന്നില്ല. എന്റെ ദുഃഖം ആരും കാണുന്നില്ല. എന്നെ ആരും അറിയുന്നില്ല. എന്റെ ചന്തം എന്റെ ശാപമായിരിക്കുന്നു....

അപ്പോൾ പതിഞ്ഞ ശബ്ദത്തിൽ ആരോ എന്തോ പറയുന്നതായി മറിയം കേട്ടു. അത് എബ്രഹാമായിരുന്നു: എന്റെ പ്രിയേ എഴുന്നേൽക്കൂ, എന്റെ സുന്ദരീ വരിക. പാറയുടെ പിളർപ്പിലും കടുന്തൂക്കിന്റെ മറവിലും ഇരിക്കുന്ന പ്രാവേ, ഞാൻ നിന്റെ മുഖം ഒന്നു കാണട്ടെ; നിന്റെ സ്വരം

ഒന്നു കേൾക്കട്ടെ: നിന്റെ സ്വരം ഇമ്പമുള്ളതും മുഖം സൗന്ദര്യമുള്ളതും ആകുന്നു.....

വേണ്ട, വേണ്ട, എന്ന് അതിന് മറിയം വിലപിച്ചു. എബ്രഹാം, നീ വാഴ്ത്തിയ എന്റെ സ്വരവും മുഖവും എനിക്കുതന്നെ ശാപമായിരിക്കുന്നു. നീയോ പുണ്യവാൻ, കർത്താവിലേക്ക് എളുപ്പം ചെന്നെത്തിയല്ലോ. നിന്റെ ഓർമ്മകൾപോലും ഇവിടെ വിഷലിപ്തമാകുന്നു. നിന്റെ നന്മകൾ തിന്മകളായി കൊണ്ടാടുന്നു. കർത്താവ് എങ്ങോ മറഞ്ഞ ുനിൽക്കുന്നു....

അനന്തരം അവൾ കണ്ടു: ആൾക്കൂട്ടം അടുത്തുവരുന്നു. അവർ ഈ ഭവനത്തെ ലക്ഷ്യംവെച്ചിരിക്കുന്നു. അവരുടെ കൈകളിൽ തീപ്പന്തങ്ങളും മുട്ടൻവടികളും മനസ്സിൽ ദുഷ്ടവിചാരങ്ങളും ഉണ്ട്. ഞാനെന്തു ചെയ്യേണ്ടൂ? ഞാൻ മുൻവാതിൽ കൊട്ടിയടയ്ക്കട്ടെ. പിൻവാതിൽ തുറന്ന് ഞാൻ ഇരുളിലേക്കിറങ്ങുന്നു. എന്നെ കൈക്കൊള്ളുവാൻ ഇപ്പോൾ ആരുണ്ട്? എന്റെ വിലാപം ശ്രവിക്കാൻ ആരുണ്ട്?

നൂൽ എപ്പോഴോ വിട്ടുപോയി. യന്ത്രം നിലച്ചു. അതിനാൽ സൂക്ഷ്മതയോടെ സൂചി ഊരിയെടുത്ത് നൂലിന്റെ അഗ്രം വായിൽ വച്ച് കൂർപ്പിച്ച് സൂചിക്കുഴിയിലേക്ക് കടത്തുവാൻ പാടുപെടുമ്പോൾ, തെരുവിലൂടെ അവർ പാഞ്ഞുപോയി. ഇരിപ്പിടത്തിലിരുന്നുതന്നെ ലാസർ ആ ദൃശ്യം കണ്ടു. അവരിൽ ചിലർ തയ്യൽക്കടയ്ക്കുനേരെ തിരിഞ്ഞുനിന്ന് അസഭ്യംപറഞ്ഞു. കിളരംകൂടിയ ഒരാൾ ആയിടെ, ഇടവകയിലെ ഡിസ്പെൻസറിയിലേക്കു വന്ന മിഡ്വൈഫ് സൂസൻ ഫെർണാണ്ടസിന്റെ അപ്പൻ ഫെർണാണ്ടസ് തെല്ലുനേരം നിരത്തിൽ നിന്ന്, വിചിത്രരീതിയിൽ ഒരാംഗ്യംകാട്ടി ''തല നരച്ചല്ലോ മുതുക്കാ" എന്ന് അലറി....

ലാസർ സൂചിയെയും നൂലിനെയും തയ്യൽയന്ത്രത്തെയും കൈവിട്ട് സ്വകാര്യചിന്തകളിൽ മുഴുകി. ഇടവകയിലെ ആദ്യത്തേയും അവസാനത്തെയും തയ്യൽക്കാരനാണ് ലാസർ. മറ്റുള്ളവരാകട്ടെ, ലാസറിനു കീഴെ അവന് കീഴ്ജീവനക്കാരായിരുന്നു. അവന്റെ കട വിസ്തൃതവും അകത്തളങ്ങൾ കമനീയവുമാണ്. ഇടവകയിലെ വിശേഷാവസരങ്ങളിലാകട്ടെ, അല്ലാത്തപ്പോഴാകട്ടെ എന്തിനും ഏതിനും ഒരു തയ്യൽക്കടമാത്രം. ഒരു തയ്യൽക്കാരൻ മാത്രം. ലാസറിന്റെ തയ്യൽക്കടയും ലാസറും.

എബ്രഹാം കൊണ്ടുവന്ന മണവാട്ടിയെ അവൻതന്നെയായിരുന്നു ഇവിടേക്കു കൊണ്ടുവന്നത്. "വിയർക്കുംവരെ അധ്വാനിച്ച് അപ്പം തിന്നുവിൻ എന്ന പ്രമാണമാണെന്റേതും–" എന്ന് മറിയത്തെ ലാസറിന് പരിചയപ്പെടുത്തിക്കൊണ്ട് എബ്രഹാം പറഞ്ഞു. "അതിനാൽ ലാസർ, നീ നിന്റെ കൂട്ടത്തിൽ ഇവളേയും ചേർക്കുക."

പരിപാവനമായ ഒരു മനസ്സിന്റെ ഉടമയും എന്നും കർത്താവിന്റെ സ്നേഹത്തിൽ വിശ്വാസമർപ്പിക്കുന്നയാളുമായ ലാസർ എതിരുനിന്നില്ല. മുൻപ് ഒരു തയ്യൽ പരിശീലനകേന്ദ്രത്തിൽനിന്ന് കുട്ടിയുടുപ്പുകളും ചെറിയ അടിവസ്ത്രങ്ങളും തയ്ക്കാൻ ശീലിച്ചിരുന്നു മറിയം. അത് ഒരു

സഹായവുമായി. അവൾ എളുപ്പം പണികൾ പഠിച്ചു. നല്ല പ്രവൃത്തിവേഗവും അവൾക്കുണ്ടായി. എല്ലാറ്റിനും പുറമേ കടയ്ക്ക് ഒരലങ്കാരവുമായി ഭവിച്ചു അവൾ.

ഇടവകയിലെ ഏറ്റവും സുന്ദരി അവളായിരുന്നു. അവൾ വരുന്നതിനുമുമ്പ് അവൾക്കു സമമായി ആരുമേ ഇല്ലായിരുന്നു. "ലാസർചേട്ടന്റെ കടയിപ്പഴാ കടയായത്." എബ്രഹാം കേൾക്കെപ്പോലും ആളുകൾ പറഞ്ഞുപോന്നു. അത് തനിക്കുനേരെയുള്ള ഒരു അഭിനന്ദനവാക്കായേ എബ്രഹാം ഗണിച്ചുള്ളൂ. അയാൾ അഭിമാനവുംകൊണ്ടു.

എബ്രഹാം ദീനശയ്യയിലായതിൽപ്പിന്നെ മറിയം വല്ലപ്പോഴുമേ കടയിൽപ്പോയുള്ളു. അപ്പോഴാവട്ടെ, അവളുടെ കാന്തിയത്രയും വാർന്നുപോയിരുന്നു. ലാസർ അതറിഞ്ഞു. തനിക്കോ പുത്രിമാരില്ല. കെട്ടിയവൾ പതിനഞ്ചാം നാളിൽ രോഗംവന്നു മരിച്ചു. തന്റെ മൂത്തപുത്രിയാണ് മറിയം. അവളെ ജീവിതത്തിലേക്കു കൊണ്ടുവരേണ്ടത് താൻതന്നെ. അയാൾ മറിയത്തിന് ഉപദേശം നൽകി: ''എബ്രഹാമിന് ദുഃഖഹേതുവായതൊന്നും ചെയ്യാതിരിക്കാ. നീ നിന്റെ പഴയ നന്മയിലേക്ക് തിരികെപോക. കരഞ്ഞും ദുഃഖിച്ചും നാളുകൾ കഴിക്കാതെ കർത്താവിങ്കൽ വിശ്വാസമർപ്പിച്ച് ജീവിതം തുഴയുക..."

തെരുവിങ്കൽനിന്ന് തന്റെനേരെ വർഷിക്കപ്പെട്ട അസഭ്യം ലാസറിനെ പിന്നെയും പിന്നെയും മഥിച്ചു. താൻ ചെയ്ത തെറ്റെന്താണ് എന്ന് അയാൾക്ക് പിടികിട്ടിയതേയില്ല. മറിയം ചെയ്ത തെറ്റെന്താണെന്നും പിടികിട്ടിയില്ല. ചിന്തിച്ചിരിക്കേ, പുറംവാതിലിൽ മുട്ടുകേട്ടു.

മറിയത്തിന്റെ വിഹ്വലമായ മുഖം. അതിനപ്പുറം ഇരുളിന്റെ സമുദ്രം. ലാസർക്കു വല്ലതും പറയാനാവുംമുമ്പ്, തിടുക്കപ്പെട്ട് മറിയം അകത്തെത്തി, "വാതിലടയ്ക്കൂ, അവരെന്റെ പിറകെയുണ്ട്" എന്നു പറഞ്ഞു. അവളുടെ ശബ്ദം കരച്ചിലോളമെത്തിയതും ചിലമ്പിച്ചതുമായിരുന്നു. ലാസർ "ആര്" എന്ന് ചോദിച്ചതിന് "അവര് ആ കശ്മലര്" എന്ന് അവൾ മറുപടി കേൾപ്പിച്ചു. ലാസർ വാതിലുകളടച്ചു.

ഞായറാഴ്ച അവധിയായതിനാലും ഉത്സവനാളുകളടുക്കാഞ്ഞതിനാലും കടയിൽ തിരക്കു കുറവായിരുന്നു. ലാസർ ഒഴിച്ച് അന്ന് ആരുമേ ഉണ്ടായിരുന്നില്ല. ലാസറിന്റെ രൂത്തും സ്ഥലത്തില്ല. അകന്ന ബന്ധത്തിൽപ്പെട്ട ആ പയ്യനെ ഗുണംപിടിപ്പിക്കണമെന്ന നിർബന്ധത്തിൽ അവന്റെ തള്ള അവിടെക്കൊണ്ടുചെന്നാക്കിയതായിരുന്നു. ചുരുങ്ങിയ നാൾകൊണ്ട് നല്ലൊരു പരിചയം മറിയത്തിന് രൂത്തുമായി ഉണ്ടായിക്കഴിഞ്ഞിരുന്നു. അതിനാൽ ആധി തെല്ലൊന്നു കുറഞ്ഞപ്പോൾ രൂത്ത് ഇല്ലേ ഇവിടെ? എന്ന് അവൾ ചോദിച്ചു. ലാസർ അപ്പോഴും ഇതികർത്തവ്യതാമൂഢനായി നില്പു തുടരുകയായിരുന്നു. "ഞാൻ ഒരു പാപവും ചെയ്തില്ല" എന്നു പറഞ്ഞ് മറിയം തേങ്ങിത്തുടങ്ങി. മാതാവിന്റെ ചില്ലിട്ട പട

ത്തിനു മുന്നിൽ, സ്റ്റാൻഡിൽ കത്തിച്ചുവെച്ച മെഴുകുതിരി നേർത്ത വെളിച്ചം പരത്തുന്നുണ്ടായിരുന്നു....

ലാസർ നടന്നുപോയി. മുൻവാതിലുകളുമടച്ച് തിരികെ വന്ന്: "നീ വല്ലതും കഴിച്ചതാണോ?'' അതിന് അവൾ ഇപ്രകാരം പറഞ്ഞു: "കഞ്ഞിയും കപ്പയും കഴിച്ച് വേദപുസ്തകം വായിച്ചോണ്ട് ഉറക്കത്തെ കാത്തിരിക്കുമ്പഴാ അതിയാൻമാര് വരണ കണ്ടത്. ഉവ്വ്, സത്യമായിട്ടും ഞാനിന്ന് ഒരു പാപം ചെയ്തതായി എനിക്കുതന്നെ തോന്നി. അതൊരു പാപം മാത്രമല്ലതാനും. മൂന്നു ഞായറാഴ്ചകളായി ഞാൻ പള്ളീല് പോയിട്ട്— ലാസർചേട്ടന് അറിയാലോ പുറത്തിറങ്ങാൻ വയ്യെന്ന നിലയിലാ ഞാനിപ്പോ. ആരും എനിക്ക് കൂട്ടായില്ല. എന്നെച്ചൊല്ലി ഞാൻ സ്വയം ദുഃഖിക്കുന്നു...."

മറിയത്തിന്റെ കണ്ണീരിൽ ലാസർ പിടഞ്ഞു. അയാൾ ഓർത്തു. യഹോവ മോശെയോട് പറയുന്നു: വിധവയെയും അനാഥനെയും നിങ്ങൾ ക്ലേശിപ്പിക്കരുത്. അവരെ വല്ലപ്രകാരത്തിലും ക്ലേശിപ്പിക്കയും അവർ എന്നോട് നിലവിളിക്കയും ചെയ്താൽ ഞാൻ അവരുടെ നിലവിളി കേൾക്കും, എന്റെ കോപവും ജ്വലിക്കും. ഞാൻ വാൾകൊണ്ട് നിങ്ങളെ കൊല്ലും; നിങ്ങളുടെ സ്ത്രീകൾ വിധവമാരും നിങ്ങളുടെ പൈതങ്ങൾ അനാഥരുമായിത്തീരും...

ലാസർ കുരിശുവരച്ചശേഷം, തിരിഞ്ഞ് മറിയത്തെ നോക്കി. അവൾ കാൽമുട്ടുകളിൽ മുഖമാഴ്ത്തി കേഴുകതന്നെ.

ഏതെല്ലാമോ വഴികളിൽ ചുറ്റിക്കറങ്ങിയ ശേഷം ലാസറിന്റെ കടയ്ക്കുമുന്നിൽ തിരിച്ചെത്തിയ രൂത്ത് വാതിൽ അടഞ്ഞുകിടക്കുന്നു എന്നു കണ്ടു. അതെന്ത് എന്നു ചിന്തിച്ചു. ഒന്നും ഏതും അവന് പിടികിട്ടിയില്ല. അവൻ തിടുക്കത്തിലായിരുന്നു. വിശേഷപ്പെട്ട ഒരു വിവരം ലാസറിന് കൈമാറാനായി അവന്റെ പക്കലുണ്ട്. അത് മറിയത്തിന്റെ ഭവനത്തെ സംബന്ധിച്ചുള്ളതായിരുന്നു. ഭവനത്തിനുചുറ്റും ആളുകൾ കൂടിനിൽക്കുന്നു. ആരവം മുഴക്കുന്നു. അതിനകത്ത് മറിയമിരുന്ന് തേങ്ങുകയാവണം. അവൻ കരുതുന്നു. വാതിൽ അടിച്ചുതകർക്കാനാണ് അവരുടെ അടുത്ത നീക്കമെന്നു തോന്നുന്നു. ജോർജ് മുതലാളിയും ഫെർണാണ്ടസ് ചേട്ടനുമൊക്കെയാണ് കൂട്ടത്തിൽ. "അതും കണ്ടേച്ച് ഓടിപ്പോരികയാ ഞാൻ." വാതിൽ തുറന്നു കൊടുത്ത ലാസറിനോട് ഒറ്റശ്വാസത്തിൽ കണ്ടതത്രയും അവൻ അവതരിപ്പിച്ചു. അവന്റെ കണ്ണുകളിൽ ഭീതി നിറഞ്ഞുകിടന്നിരുന്നു. അപ്പോൾ മൂലയിലെ ഇരുളിൽനിന്ന് ഒരു തേങ്ങൽ അവൻ കേട്ടു.

രൂത്ത്, നാമധേയംകൊണ്ട് പെൺകുട്ടിയോ എന്ന് സംശയിക്കാം. അല്ല, അവൻ ആൺകുട്ടിതന്നെയാകുന്നു. അവന് പ്രായം പതിന്നാലു സംവത്സരമായി. അപ്പൻ തോമാ കറുവാടൻകുന്നിലാണ്. അവിടെ റബ്ബർ എസ്റ്റേറ്റുകളിൽ ജീവിതം. അപ്പനെ കണ്ട നാളുകൾ രൂത്തിന് ഏറെ ഓർമ്മയില്ല. അവന്റെ അമ്മച്ചിയായിരുന്നു അവനെല്ലാം. ഒരു പെങ്ങളു

ണ്ടായിരുന്നത്– അതോർക്കുമ്പോൾ അവന് കരച്ചിൽവരും–കഴിഞ്ഞ പെസഹായ്ക്ക് അഞ്ചുദിവസം മുമ്പ് ചത്തുപോയി. അവളുടെ ദീനം നിർമ്മൽ നഴ്സിങ്ഹോമിലെ വെള്ളക്കോട്ടുകാർക്കും മാടപ്പിറാക്കൾക്കും നിരൂപിക്കാനായില്ല. അവളുടെ പേര് ഏലീശാ എന്നത്രെ. അവൾ അതിസുന്ദരിയും മാൻപേടയ്ക്കു സമവുമായിരുന്നു. അവൾ അത്രയും പെട്ടെന്നുതന്നെ മരണത്തിനോട് ചേരുകയും ചെയ്തു. രൂത്ത് ആ ഓർമ്മയിൽ നിന്ന് രക്ഷനേടുന്നത് മറിയത്തെ സ്നേഹിച്ചുകൊണ്ടാണ്. മറിയം ഏലീശായുടെ തനിപ്പകർപ്പാകുന്നു. മറിയത്തിന്റെ കണ്ണുകൾ മാൻപേടയുടേതിനോടു സമം. അവന്റെ ഏലീശായാണ് മറിയം.

എങ്ങുമെത്താതെ, ആർക്കും വേണ്ടാതെ തെണ്ടിത്തിരിഞ്ഞ നാളുകളിൽ അവൻ അവന്റെ ജീവിതത്തെ വെറുത്തിരുന്നു. അമ്മച്ചി മാത്രമുള്ള ആ ഭവനത്തെ അവൻ വെറുത്തിരുന്നു. അവൻ ഓർത്തു: ഏലീശായും അങ്ങനെയായിരുന്നു. ഒരിക്കൽ അവൾ എന്നെ കെട്ടിപ്പിടിച്ച് കരഞ്ഞു: നീ എന്നെ എങ്ങോട്ടെങ്കിലും കൊണ്ടുപോ–എനിക്കിവിടെ മതിയായി...

അത് ഇപ്പോഴും ദുരൂഹംതന്നെ. എന്തെന്നാൽ ഏലീശായുടെ മരണശേഷം രൂത്ത് അവന്റെ ഭവനത്തെ അതിയായി തഴഞ്ഞു.അവന്റെ പ്രായത്തിലുള്ള കുട്ടികൾ പുത്തനുടുപ്പിട്ട് പള്ളിക്കൂടത്തിലേക്കു പോകുമ്പോൾ, വഴിവക്കിൽ റമ്മികളിക്കയോ, ചുമ്മാ പുകവലിക്കയോ അവൻ ചെയ്തു. എന്തിനെന്ന് അവൻ അറിഞ്ഞതുമില്ല. ആളുകൾ അവനോട് അവന്റെ അമ്മച്ചിയെപ്പറ്റി എന്തൊക്കെയോ തിരക്കി. അവൻ എന്തിനെന്ന് അറിഞ്ഞതുമില്ല. ഇപ്പോൾ, ഇപ്പോൾ എന്തൊക്കെയോ ഓർമ്മവരുന്നു. ആ ഓർമ്മകളാവാവട്ടെ, മനസ്സിൽ നഖങ്ങളാഴ്ത്തുന്നു. ഞാൻ ഇപ്പോൾ സത്യവിശ്വാസിയാണ്. നന്മയിൽ വിശ്വസിക്കുന്നവനാണ്. തിരിച്ചുവന്നവനാണ്. തിന്മകളെ വെറുക്കുന്നു. അമ്മച്ചി എന്നെ ഇത്രയും അകലെകൊണ്ടുവന്നാക്കിയത് എന്തിനെന്ന് ആരെല്ലാമോ ചോദിക്കുന്നു. എനിക്കറിയാൻമേല, എനിക്കറിയാൻ മേല...

അവരിങ്ങോട്ടും വരും എന്ന് മറിയം വിലപിച്ചതിന്, നീ അടങ്ങിയിരിക്ക്, യഹോവ നമ്മോടൊപ്പമുണ്ട് എന്ന് ലാസർ സാന്ത്വനമേകി. അവളുടെ മനസ്സ് എന്നിട്ടും നിലവിളിച്ചുകൊണ്ടേയിരുന്നു....

രൂത്തിന്റെ മുഖമാകെ മെഴുകുതിരിജ്വാലയായിരുന്നു. അവൻ ദാവീദിന്റെ സങ്കീർത്തനത്തിൽ: ദൈവം നമ്മുടെ പാറ. ദൈവം എന്റെ ഉറപ്പുള്ള കോട്ട. അവൻ എന്റെ കൈകൾക്കു യുദ്ധാഭ്യാസം വരുത്തുന്നു. എന്റെ ഭുജങ്ങൾ താമ്രചാപം കുലയ്ക്കുന്നു. നിന്റെ രക്ഷ എന്ന പരിചയെ നീ എനിക്കു തന്നിരിക്കുന്നു... ഞാൻ ശത്രുക്കളെ പിന്തുടർന്നൊടുക്കി. അവരെ മുടിക്കുവോളം ഞാൻ പിന്തിരിഞ്ഞില്ല. അവർക്ക് എഴുന്നേറ്റുകൂടാത്തവണ്ണം ഞാൻ അവരെ തകർത്തൊടുക്കി. അവർ എന്റെ

കാൽക്കീഴിൽ വീണിരിക്കുന്നു. യുദ്ധത്തിന്നായി നീ എന്റെ അരയ്ക്കു ശക്തി കെട്ടിയിരിക്കുന്നു....

രൂത്ത്, രൂത്ത് എന്ന് മറിയം നേരിയ ശബ്ദത്തിൽ വിളിച്ചതിന്, അവൻ വിളികേൾക്കുകയുണ്ടായില്ല. അവൻ പതിയെ പറഞ്ഞു: ഞാൻ അവരെ നിലത്തിലെ പൊടിപോലെ പൊടിക്കുന്നു, വീഥികളിലെ ചളിപോലെ ഞാൻ അവരെ ചവിട്ടിച്ചിതറിക്കുന്നു.

അന്നു രാത്രി ഒരദ്ഭുതമുണ്ടായി. തങ്ങൾക്കുനേരെ പാഞ്ഞുവരുന്ന അപവാദങ്ങളെച്ചൊല്ലിയും തങ്ങളെ ബാധിച്ച കൊടിയ നിസ്സഹായതയെച്ചൊല്ലിയും ഖേദിച്ചും വിലപിച്ചും കഴിഞ്ഞുകൂടുകയായിരുന്ന ലാസറിനും മറിയത്തിനും രൂത്തിനും ഉറക്കം നഷ്ടപ്പെട്ടു. പുറത്ത് പുതിയ കാൽവെപ്പുകളുണ്ടാകുന്നുവോ എന്നും ആരവം മുഴങ്ങുന്നുവോ എന്നും ശങ്കിച്ചിരിക്കയായിരുന്നു. അപ്പോൾ പതിഞ്ഞ ശബ്ദത്തിൽ മുൻവാതിലിൽ ആരോ മുട്ടിവിളിക്കുന്നത് കേൾക്കായി. ലാസർ ഭയന്നു. രൂത്ത് രണ്ടും കല്പിച്ച് എഴുന്നേൽക്കാൻ തുനിഞ്ഞതിന്, ''രൂത്ത്'' എന്ന ചെറുനിലവിളിയോടെ മറിയം അവനെ തടുത്തു. അപ്പോൾ പുറത്തുനിന്ന് വൃദ്ധസ്വരത്തിൽ വിളിയുയർന്നു: "ലാസർ, വാതിൽ തുറക്ക്, ഇതു ഞാനാ."

പരിചിതമായ ആ സ്വരം ഫാദർ സ്തേവയുടെതാണ് എന്നു മനസിലാക്കിയതിൽപ്പിന്നെ ലാസർ അതിശയത്തോടെ എഴുന്നേറ്റുചെന്ന് വാതിൽ തുറന്നു. ഫാദർ അകത്തു കയറിയതിൽപ്പിന്നെ, ഭീതിയാൽ തുടിച്ച് വാതിൽ കൊട്ടിയടയ്ക്കയും ചെയ്തു.

മറിയത്തെ അവിടെ ഫാദർ സ്തേവ തീരെ പ്രതീക്ഷിച്ചതല്ല. അതിനാൽ ''മറിയമേ, നീയിവിടെ എന്തെടുക്കുന്നു?'' എന്ന് ഫാദർ ചോദിച്ചതിന്, മറിയം ചുണ്ടുകൾ കടിച്ചുപിടിച്ച് തേങ്ങലുകളൊതുക്കി. അനന്തരം അവൾ ഫാദറിന്റെ മുന്നിൽ മുട്ടുകുത്തി.

കണ്ണീർ നദിപോലെ ഒഴുകിയിട്ടും ഫാദർ സ്തേവ ഒട്ടൊരു സന്ദേഹത്തിൽത്തന്നെ നിന്നു. തന്റെ ആഗമനോദ്ദേശ്യം മറച്ചുവെച്ചതുമില്ല: ലാസർ, നിനക്കും മറിയത്തിനും തമ്മിൽ എന്ത്? "അയ്യോ ദൈവമേ..." എന്നു വിളിച്ചുകൊണ്ട് ലാസർ വിറപൂണ്ടു: "അച്ചോ, എന്റെ പുത്രിയാണ് മറിയം. അവളെച്ചൊല്ലി ഇടവക യുദ്ധമുണ്ടാക്കുന്നു. ഞാനോ നിരപരാധി." "ലാസർ എഴുന്നേൽക്കുക." ഫാദർ ലാസറിനെ കൈപിടിച്ചുയർത്തി. "ആളുകൾ പറവതിന് പിന്നെ എന്തു സമാധാനം? തീയിൽനിന്നല്ലേ പുകയുണ്ടാവൂ...."

"അച്ചോ, അങ്ങും അവിശ്വാസത്തോടെ ഞങ്ങളെ നോക്കുന്നുവോ?" എന്നു ലാസർ ചോദിച്ചപ്പോൾത്തന്നെ മറിയം തന്റെ നനഞ്ഞ കണ്ണുകളാൽ ഫാദർ സ്തേവയെ നോക്കി.

''ഞാനെന്തുചെയ്യേണ്ടൂ–'' എന്ന് പതിയെ പറഞ്ഞുകൊണ്ട് ഫാദർ സ്തേവ രണ്ടു ചാൽവീതം വടക്കുതെക്കു ദിശകളിൽ നടന്നുകൊണ്ടിരുന്നു. അനന്തരം "ഇന്നു രാത്രി അവിഹിതമൊന്നും സംഭവിപ്പാതിരിക്കട്ടെ

–നാളെ നിങ്ങളിരുവരും പള്ളിയിലോട്ട് വരിക" എന്ന് പറഞ്ഞ് വാതിൽ തുറന്ന് ഇരുളിലേക്കിറങ്ങി.

വിളക്കയിലുകാരുടെ സമ്പന്നതയ്ക്ക് അതിരുകളില്ല. അവരുടെ ഭൂവിടത്തിനു മൂന്നുപാടും പുഴയാണ്. അവിടെയോ തെങ്ങ്, കവുങ്ങ് തുടങ്ങിയ വൃക്ഷങ്ങളും മറ്റുതരം സസ്യലതാദികളും. ഇടവകയുടെ കിഴക്കോട്ടു മാറി അമ്മച്ചിമല എന്ന ഒരു വലിയൊരു എസ്റ്റേറ്റും അവർക്കായുണ്ട്. അവിടം നിറയെ പൊന്നിൻനീരൊഴുക്കും റബ്ബർമരങ്ങളാണ്. അനുദിനം വിസ്തൃതമായിക്കൊണ്ടിരിക്കുന്ന സമ്പത്തുകൾക്കുമേൽ വിളക്കയിലുകാരുടെ വംശപാരമ്പര്യം പുകൾപെറ്റു. ജോർജുകുട്ടിക്ക് നാലു തലമുറകൾ മുമ്പ് അതു തുടങ്ങുന്നു. അന്ന് ഇവിടെ പാഴായും ശൂന്യമായുമിരുന്നു. മലനിറയെ നാനാജാതി കാട്ടുമരങ്ങളായിരുന്നു. കാട്ടുമരങ്ങൾ തറച്ചുവിറ്റ് മണ്ണുഴുത് വെടിപ്പാക്കി തട്ടു തിരിച്ചു. അവിടെ റബ്ബർ വച്ച ആളുടെ പേര് യാക്കൂബ്. യാക്കൂബിന്റെ ഭാര്യ സാറ. യാക്കൂബ് സാറായിൽ വർഗീസിനെ ജനിപ്പിച്ചു. വർഗീസ് പരിഗ്രഹിച്ചയാളുടെ പേർ അന്നാമ്മ. ആദ്യം പരിഗ്രഹിച്ചപ്പോൾ ജോൺ ഉണ്ടായി. രണ്ടാമത് പരിഗ്രഹിച്ചപ്പോൾ മേരിയും ജനിച്ചു. ജോണിന് ഇരുപത്തെട്ടു വയസസ്സായപ്പോൾ അവൻ ഒരു മകനെ ജനിപ്പിച്ചു. തനിക്ക് പരമ്പരയാ കിട്ടിയ ഭൂവിടങ്ങൾ കൈവിടാതെ കാത്തുകൊള്ളുമെന്നു പറഞ്ഞ് അവന് ഫിലിപ്പ് എന്നു പേരിട്ടു. കാലക്രമത്തിൽ ഫിലിപ്പോസ് മുതലാളിയായിത്തീരുകയും എസ്തേർ എന്ന ഒരു സ്നേഹവതിക്ക് മിന്നുചാർത്തുകയും ചെയ്തു. ഫിലിപ്പോസ് മുതലാളി തന്റെ മുപ്പത്തിമൂന്നാം വയസ്സിൽ ജോർജുകുട്ടിയേയും മുപ്പത്തഞ്ചാം വയസ്സിൽ ഏഞ്ചൽ, ആഗ്നസ് എന്നീ പെൺകുട്ടികളെയും ജനിപ്പിച്ചു. കാലം ചെന്നാറെ, പെൺമക്കളുടെ തലകൾ വളരുകയും മുലകൾ കൂമ്പുകയും ചെയ്തു എന്നു ബോദ്ധ്യംവന്നതിൽപ്പിന്നെ അവരെ നല്ല രീതിയിൽ കെട്ടിച്ചയച്ച് ഫിലിപ്പോസ് മുതലാളി രോഗശയ്യയിലേക്കു പതിച്ചു. എസ്തേറാകട്ടെ, തന്റെ കെട്ടിയവനെ പരിചരിച്ചും ജോർജുകുട്ടിയുടെ നല്ല ഭാവിക്കുവേണ്ടി സ്തോത്രങ്ങളാലപിച്ചും ദിനങ്ങൾ താണ്ടി.

തന്റെ വല്യപ്പന്റേയും വല്യപ്പൻ, യാക്കൂബിന്റെ കെട്ടിയവൾ സാറാമ്മച്ചിയുടെ ഓർമ്മയ്ക്കായി ഫിലിപ്പോസ്, തന്റെ റബ്ബർ എസ്റ്റേറ്റിന് അമ്മച്ചിമല എന്ന് നാമകരണംചെയ്തു. അവിടെ ജോർജുകുട്ടി ഒരു കോട്ടേജ് കെട്ടുകയും ചെറുതായ നേരമ്പോക്കുകളിലേർപ്പെട്ടുപോരുകയും ചെയ്തു.

ഒരിക്കൽ വേട്ടയ്ക്കു പോയപ്പോൾ അയാൾ കണ്ടുവെച്ച മാൻപേടയായിരുന്നു മറിയം. എന്നാൽ അവൾ വീണതോ എബ്രഹാമിന്റെ വലയിലും. അതുമുതൽ എബ്രഹാം തന്റെ ശത്രു എന്ന് ജോർജുകുട്ടി മനസ്സാ പ്രഖ്യാപിച്ചു. എബ്രഹാമിന്റെ കാലശേഷമാവട്ടെ, അത്യധികമായ ആഹ്ലാദത്തോടെ അയാൾ തന്റെ ശ്രമം തുടർന്നു. എന്നാലോ പരാജയപ്പെട്ടുമിരുന്നു....

ജോർജ്ജുകുട്ടിയുടെ നായാട്ടുചരിത്രമാവിതു: തന്റെ കൃഷിയിടങ്ങൾകൊണ്ട് സമ്പന്നനും കായബലംകൊണ്ട് അഹങ്കാരമുള്ളവനുമായ ജോർജ്ജുകുട്ടി ഇടവകയിലെ മുലവളർന്ന പെൺകുട്ടികളുടെ പേടിസ്വപ്നമായി ഭവിച്ചു. കമ്പിപ്പാലം വരുന്നതിനുമുന്നേ പുഴയിൽ കടത്തുതോണികളായിരുന്നു. പള്ളിയിലും പള്ളിക്കൂടത്തിലേക്കും തോണിത്തുഞ്ചത്തിരുന്നു യാത്രചെയ്തുപോന്ന പെൺകുട്ടികളെ കുരുക്കെറിയാൻ ജോർജ്ജുകുട്ടി ആളെ ഏർപ്പാടാക്കിപ്പോന്നു. എങ്കിലും ആരും അയാളിൽ ദുർമാർഗ്ഗിയെ കണ്ടില്ല. പെരുന്നാളിനും ആണ്ടുനേർച്ചയ്ക്കും മംഗളകർമ്മങ്ങൾക്കും പതിവുപോലെ ഏറ്റവും വലിയ സംഭാവനകൾ വിളക്കയിലുകാരുടേതായിരുന്നു. അവരുടെ കൃഷിയിടങ്ങൾ കാരണം എത്രയോപേർ അന്നന്നത്തെ അപ്പം ഭുജിച്ചുപോന്നു. അതിനാൽ ജോർജ്ജുകുട്ടിയുടെമേൽ പാപത്തിന്റെ വസ്ത്രം വന്നുവീണില്ല. അയാൾ രാത്രിയെ സ്നേഹിച്ചു. ഇരുട്ട് അയാൾക്ക് മറപിടിച്ചു.

ഒരിക്കൽ കൊച്ചുത്രേസ്യ എന്ന യുവതി അയാളിൽ പഴിചാരി. അമ്മച്ചിമലയ്ക്ക് വലതുവശത്തൂടെ ഒഴുകുന്ന നീർച്ചാലിൻകരയിൽ അരയോളം വെള്ളത്തിൽ നിൽക്കയായിരുന്നു അവൾ. നാലു സംവത്സരംമുമ്പ് പത്താംക്ലാസിൽ മോശമല്ലാത്ത ഒരു വിജയംവാങ്ങി ഹൈദരാബാദ് എന്ന ഒരു പുറംനാട്ടിലേക്ക് ആതുരശുശ്രൂഷ പഠിക്കാൻ പോയ അവൾ, ചുവപ്പുനൂൽപോലുള്ള ചുണ്ടുകളും ഗിലെയാദ് മലഞ്ചെരുവിലെ കോലാട്ടിൻകൂട്ടംപോലുള്ള തലമുടിയും മാതളപ്പഴത്തിൻ ഖണ്ഡംപോലുള്ള ചെന്നികളുമായി തിരിച്ചുവന്നിട്ട് നാളുകളേറെയായില്ല. അവൾ തലയുയർത്തി മാറുലച്ചു നടന്നു; എന്നേക്കാൾ സുന്ദരി ആരുണ്ട് എന്ന മട്ടിൽ. അന്ന് നീർച്ചാൽ കുളിർമ്മയേറിയതും ആഴം കാണുന്നതുമായിരുന്നു. അരയറ്റം വെള്ളത്തിൽ നിന്ന്, വലതുകൈപ്പടം നിറയെ വെള്ളമെടുത്ത് മുകളിലേക്കെറിഞ്ഞ് വാ തുറന്ന് ഒരു വെണ്ണക്കൽപ്രതിമപോലെ അവൾ...

ഒരുനാൾ സന്ധ്യയാകാറായ സമയത്ത് ദാവീദ് മെത്തയിൽനിന്ന് എഴുന്നേറ്റ് രാജധാനിയുടെ മാളികമേൽ ഉലാത്തിക്കൊണ്ടിരിക്കുമ്പോൾ ഒരു സ്ത്രീ കുളിക്കുന്നത് മാളികയിൽനിന്നു കണ്ടു; ആ സ്ത്രീ അതിസുന്ദരി ആയിരുന്നു. ദാവീദ് ആളയച്ച് ആ സ്ത്രീയെപ്പറ്റി അന്വേഷിപ്പിച്ചു. അവൾ ഏലിയാമിന്റെ മകളും ഹിത്യനായ ഊരിയാവിന്റെ ഭാര്യയുമായ ബത്ത്-ശേബ് എന്ന് അറിഞ്ഞു. ദാവീദ് ദൂതന്മാരെ അയച്ച് അവളെ വരുത്തി. അവൾ അവന്റെ അടുക്കൽ വന്നു; അവൾക്കു ഋതുശുദ്ധി വന്നിരുന്നതുകൊണ്ട് അവൻ അവളോടുകൂടെ ശയിച്ചു; അവൾ തന്റെ വീട്ടിലേക്കു മടങ്ങിപ്പോയി. ആ സ്ത്രീ ഗർഭംധരിച്ചു. താൻ ഗർഭിണി ആയിരിക്കുന്നു എന്ന് ദാവീദിന് വർത്തമാനം അയച്ചു...

കോട്ടേജിന്റെ ജാലകത്തിലൂടെ വന്ന കാറ്റിൽ ജോർജ്ജുകുട്ടിക്ക് പുളകംവരികയും അയാൾ എഴുന്നേറ്റ് പുറത്തേക്കുവരികയും ചെയ്തു.

ആൻഡ്രൂസില്ല. ആൻഡ്രൂസായിരുന്നു മുഖ്യപരിചാരകൻ. അതിനാൽ താൻ തനിയെ പോകുക എന്ന നിഗമനത്തിലെത്തിച്ചേരുകയും അങ്ങനെ ചെയ്യുകയും ചെയ്തു. നീർച്ചാലിന് വശംചേർന്നുള്ള കാട്ടുപൊന്തയ്ക്ക് പിറകെ മറഞ്ഞിരുന്ന് അയാൾ ജലംകണ്ടു. ഒരു ചെറിയ പാറക്കല്ലിൽ, ജലത്തിലേക്ക് കാൽനീട്ടിയിരുന്നു ഉശ്ശ്! അതെത്ര മനോഹരം. നെഞ്ച് കുറുകുന്നു. അവൾ, കൊച്ചുത്രേസ്യാ വാസനസോപ്പ് പതപ്പിക്കുന്നു. സോപ്പുകുമിളകൾ അവളുടെ നനുത്ത മേനിയാകെ. ഇടയ്ക്കൊരു തമാശയ്ക്കായി അവൾ കൈപ്പിടിക്കുള്ളിൽ പത നിറച്ച് വായ് കൊണ്ടൂതി കുമിളകൾ പറത്തുകയും, സ്വയം ഒരാഹ്ലാദസ്വരം പുറപ്പെടുവിച്ച് സന്തോഷിക്കയും ചെയ്തു. അവളുടെമേൽ നേർത്ത ഒരു വെള്ളവസ്ത്രമേ ഉണ്ടായിരുന്നുള്ളൂ. അത് കഴുത്തിന് താഴെത്തൊട്ട് കാൽമുട്ടുകൾ വരെ മറഞ്ഞുകിടന്നു. എങ്കിലും വസ്ത്രത്തിന് അതിന്റെ ധർമം വേണ്ടുംവണ്ണം നിറവേറ്റുക സാധ്യമായിരുന്നില്ല. കഴുത്തിനു തഴെ അവളുടെ തടിച്ച നെഞ്ചും നെഞ്ചിലെ കനംവച്ച കല്ലുകളും അവയ്ക്കും താഴെ ചുഴികളും ഒക്കെ പ്രകടമായിരുന്നു. ഉള്ളം വിറയ്ക്കുകതന്നെ. ഒരു ചെടിപ്പടർപ്പ് കൈപ്പിടിക്കുള്ളിലിട്ട് ഞെരിച്ച് ജോർജുകുട്ടി സ്വയം നിയന്ത്രിച്ചു. ശരീരമാകെ ഞെരുങ്ങിപ്പൊടിയുന്നു.

പിറകുവശത്തുനിന്ന് ആരോ തന്റെ പൊന്നുടലിൽ തൊട്ടതറിഞ്ഞ കൊച്ചുത്രേസ്യ ഞെട്ടിത്തിരിയുകയും അത് അപരിചിതനായ ഒരു പുരുഷൻ എന്നറിയുകയും ചെയ്തു. കുളിക്കാനിറങ്ങാൻനേരത്ത് അമ്മച്ചി “സൂക്ഷിച്ചു പോണം. പരിചയമില്ലാത്തിടമല്ലേ” എന്നു പറഞ്ഞതിന് “ഓ എന്നെ ആരും പിടിച്ചുതിന്നത്തൊന്നുമില്ല” എന്ന് കൊച്ചുത്രേസ്യ പ്രതിവചിച്ചിരുന്നു. നീർച്ചാലിൽനിന്ന് വളരെ അകലെയൊന്നുമല്ലായിരുന്നു അവളുടെ പുരയിടം. പോരെങ്കിൽ നല്ല ഉച്ചനേരവും. ജോർജുകുട്ടി, അവൾക്കു വല്ലതും ചിന്തിക്കാനിടകിട്ടുംമുമ്പ്, അവളെ പൂണ്ടടക്കം പിടിച്ചുകഴിഞ്ഞിരുന്നു. വലിയൊരു നിലവിളി വന്ന് അവളുടെ വായിൽ വഴിമുട്ടിനിന്നു. അവൾ നഖങ്ങൾകൊണ്ടും പല്ലുകൊണ്ടും ആക്രമിക്കാൻ ശ്രമിച്ചെങ്കിലും ഉപരോധങ്ങളൊന്നും വിലപ്പോയില്ല. നേർത്ത വസ്ത്രം ഉരിഞ്ഞുതാണു....

പിന്നീടവൾ അടങ്ങി. എങ്കിലും ചെറ്റിട കഴിഞ്ഞ് തന്നെ കൈവിട്ട് തിരിഞ്ഞുപോകുന്ന ജോർജുകുട്ടിയെക്കണ്ടപ്പോൾ പരിസരം ഓർത്തു. കരയിൽ നിന്ന് വസ്ത്രങ്ങൾ വാരിയെടുത്തുടുത്ത് അയാൾക്കുനേരെ ഓടിച്ചെല്ലുകയും ‘’നീചാ” എന്ന് അലറുകയും ചെയ്തു.

അനന്തരം സംഭവിച്ചത് എന്തെന്നാൽ: കൊച്ചുത്രേസ്യ ജോർജുകുട്ടിയുടെമേൽ പഴിചാരി. അവളുടെ അപ്പൻ ശമുവേൽ അവളുടെ വായ്പൊത്തി. നീ എന്തു പറയുന്നു എന്ന് കോപാകുലനായി. അവൾ തന്റെ വാക്കുകൾ ആവർത്തിച്ചു. “ജോർജുകുട്ടി നീചൻ” എന്നു പുലമ്പി. തന്റെ പുരയിടത്തിനുമപ്പുറം അഹിതകരമായ ഈ വാക്കുകൾ ചെന്നെത്തരുതെന്ന നിർബന്ധത്തിൽ കൊച്ചുത്രേസ്യയെ അയാൾ ഒരു

ഇരുണ്ട മുറിക്കുള്ളിൽ അടച്ചിട്ടു. അവളുടെ അമ്മച്ചി ശബ്ദമില്ലാതെ നിലവിളിച്ചുകൊണ്ടിരുന്നു. ശമുവേൽ അമ്മച്ചിമലയിലെത്തി ജോർജുകുട്ടിയെക്കണ്ട് മാപ്പിരന്നു. നിന്റെ മകൾ ഒരിക്കലും പൊറുക്കാനാവാത്ത പാപം ചെയ്തിരിക്കുന്നു. അവളോ മാപ്പിരക്കുന്നുമില്ല. അവൾക്ക് നീ പകരമാവുമോ എന്ന ജോർജുകുട്ടിയുടെ ചോദ്യം കേട്ടാറെ, ശമുവേൽ തിരികെ തന്റെ പുരയിടത്തിലെത്തി. വാതിൽ തുറന്ന് കൊച്ചുത്രേസ്യയുമായി തിരിച്ചെത്തി. അന്നുരാത്രി കൊച്ചുത്രേസ്യാ ജോർജുകുട്ടിയുമൊത്ത് ശയിച്ചു. ശമുവേൽ ആ രാത്രി മുഴുവൻ അവൾക്കു മാപ്പിരക്കുവാനായി വിട്ടുകൊടുത്ത്, പുറത്ത് കാവലിരുന്നു.

പുലർച്ചെ. സൂര്യനുണർന്നതിൽപ്പിന്നെ നീർച്ചാലിന്റെ വടക്കേക്കരയിൽ, കൊച്ചുത്രേസ്യയുടെ ജഡം കാണപ്പെട്ട വസ്തുത, അവൾക്ക് പട്ടണത്തിലൊരു ജാരനുണ്ടായിരുന്നു എന്ന സാമാന്യ പ്രസ്താവത്തിനു കീഴിൽ അമർന്നു. ക്രമേണ അത് ഒരു വിഷയമേ അല്ലാതായി. ഈവിധം വിജയകരമായ നായാട്ടുചരിത്രങ്ങളോടെ വിരാജിച്ചുപോന്ന, വിളക്കയിൽ ജോർജുകുട്ടി ഒരിടത്ത് പതറി, ഒരിടത്തു മാത്രം.

മറിയംമൂലം എബ്രഹാമിനോട് അവൻ വൈരിയായി. അവൻ എബ്രഹാമിന്റെ സ്നേഹിതൻ. എബ്രഹാമും അങ്ങനെതന്നെ. മറിയത്തെ പരിഗ്രഹിച്ചുകൊണ്ടുവന്നതിൽപ്പിന്നെ ഒരുനാൾ "നീ പള്ളിയിലോ വന്നില്ല, എന്റെ പെണ്ണും ഞാനും നിനക്ക് ഇന്ന് ഒരു വിരുന്നുതരുന്നു, നീ വരണം" എന്നു പറഞ്ഞ് എബ്രഹാം അവനെ വിളിച്ചു. അതിന് അവൻ കൂടെപ്പോയി. ഭവനത്തിലാകെ ശാന്തിയും സമാധാനവും ചിറകടിക്കുന്നതു കണ്ട് ''നിന്റെ ഭാര്യ കൊള്ളാവുന്നവളാണല്ലോ" എന്ന് അവൻ പറഞ്ഞു. അതിന് എബ്രാഹം അഭിമാനംകൊണ്ട് ചിരിച്ചു. അത് പരിഗ്രഹണത്തിന്റെ ഏഴാം ദിവസമായിരുന്നു. ചൂടും ചൂരുമുള്ള ദിവസങ്ങൾ. ഓർക്കെ എബ്രഹാമിന്റെ ചുണ്ടുകൾ ലജ്ജയാൽ മന്ദഹസിച്ചു. പൈനാപ്പിൾകഷണങ്ങൾ പഞ്ചസാരചേർത്തു നിറച്ച സ്ഫടികക്കിണ്ണവും മറുകൈയിൽ മുന്തിരിച്ചാറുമായി പുറത്തേക്കു വന്ന മറിയത്തെ കണ്ടപ്പോൾ ജോർജുകുട്ടിയുടെ മനസ്സിൽ തീപടർന്നു. അവൻ ഓർത്തു: ഇവളെ മനസ്സിൽ കൊണ്ടുനടക്കുന്നവൻ ഞാൻ. ഒരിക്കൽ കണ്ടപ്പോൾത്തന്നെ കൂടെശയിക്കാൻ ആഗ്രഹിച്ചവൻ ഞാൻ. എന്നാലോ, ഇപ്പോൾ കാണുന്നതെന്ത്? ഇവൻ, ഈ പട്ടിണിക്കാരൻ എബ്രഹാം, ഇവളെ പരിഗ്രഹിച്ചിരിക്കുന്നു. അവന്റെ മനസ്സിൽ മറിയത്തിന്റെ ചെറിയ ഗ്രാമത്തിൽ ഒരിക്കൽ ഒരാവശ്യത്തിനായി താൻ പോകേണ്ടിവന്നതും ആ കൂടിക്കാഴ്ചയുമെല്ലാം അലയടിച്ചുവന്നു. മറിയമാകട്ടെ, ഭർത്താവിന്റെ കൂട്ടുകാരനെ, അവനർഹിക്കുന്ന വിധത്തിൽത്തന്നെ പുഞ്ചിരികൊടുത്ത് സ്വീകരിച്ചു. അപ്പോഴും അവന്റെ മനസ്സ് പൊള്ളുകതന്നെ.

എബ്രഹാം ഇടവകയുടെ രക്ഷകൻ ചമയുന്നതിൽ അവന് അസൂയ വളർന്നു. അവന്റെ ശാപത്തിന്റെ അമ്പുകൾ എബ്രഹാമിലേക്കു നീണ്ടുവരുംമുമ്പ് എബ്രഹാം രോഗശയ്യയിലായി. അതിലേറ്റവും അവൻ സന്തോ

ഷിച്ചു. എബ്രഹാമിനെ കാണുവാനെന്ന നിലയിൽ പലവട്ടം അവൻ വരികയും മറിയത്തെ ആശ്വസിപ്പിക്കാൻ ശ്രമിക്കയും ചെയ്തു. അവളോട് "നീ ലാസറിന്റെ കടയിൽ പോകുന്നതെന്തിന്? ഞാൻ ആവശ്യമായ പണം തരാമല്ലോ" എന്ന് പറഞ്ഞു. അതിന് അവൾ പ്രതിവചിച്ചില്ല. "തിരികെ തരികയും വേണ്ട" അവൻ പറഞ്ഞു. അതിന് അവൾ വഴങ്ങിയില്ല....

എബ്രഹാമിന്റെ മരണശേഷം ഒരു പകൽ, വിലാപങ്ങളുടെ തളർച്ചയിൽ മയങ്ങിക്കിടക്കുന്ന മറിയത്തെ പുറംവാതിൽക്കൽ തട്ടി അവൻ വിളിച്ചതിന് അവൾ ഏറെ പരിഭ്രമിച്ചു. വാതിൽ തുറക്കാതെ "എന്ത്?" എന്നു ചോദിച്ചു. "ഇത് ഞാൻ–നിന്റെ രക്ഷകൻ– നീ വാതിൽ തുറക്കൂ" എന്ന് അവൻ പതിഞ്ഞ ശബ്ദത്തിൽ പറഞ്ഞതിന് അവൾ ''നീ മടങ്ങിപ്പോയില്ലേൽ ഞാനുറക്കെ അലറും" എന്ന് പറഞ്ഞതുകേട്ട് അവൻ തിരിയെപ്പോയി....

എസ്തപ്പാന് പണികളൊന്നുമില്ല. അങ്ങനെയങ്ങ് പറഞ്ഞുതീർക്കയുമരുത്. ഉവ്വ്. അയാൾക്ക് ചില ഇടത്തരം പണികളൊക്കെയുണ്ട്. അവയിലൊന്ന് ഞണ്ടിനെ പിടിക്കുക എന്നത് ആകുന്നു. പുഴക്കരയിലും കാട്ടുപൊന്തകളിലും മണൽപ്പരപ്പിലും ഞണ്ടുകൾ വസിക്കുന്നിടം അറിയാവുന്നയാൾ എസ്തപ്പാൻ മാത്രം. കൊച്ചുന്നാളിലേ അയാൾ ചുറ്റിനടപ്പാണ്. ഇടവകയിലെ വിശേഷാവസരങ്ങൾക്ക് അയാൾ സ്മരിക്കപ്പെടുന്നു.

ജോർജുകുട്ടി ആളയച്ചു വിളിപ്പിച്ചപ്പോൾ അയാൾ ഒരു കോളിനെക്കുറിച്ചോർത്തു. അയാൾക്ക് പിഴച്ചതുമില്ല. നല്ലൊരു കോളുതന്നെ. നിസ്സാരമായ കാര്യം. കൂടെ ചാമച്ചേരി അന്തോണിയും കുറുവങ്കാട്ട് പൈലിയുമുണ്ട്. അപ്പോൾ എളുപ്പവുമായി. ഹായ്, ജോർജുകുട്ടി ചിരിച്ചു. പെണ്ണേ, നീ എന്റെമേൽ പൊടിമഞ്ഞുപോലെ അമരും, ജോർജുകുട്ടിക്ക് എവിടേയും തെറ്റിയിട്ടില്ല. ഇന്നേവരെ....

പുഴയ്ക്കപ്പുറം വെളിച്ചം പരക്കുന്നേയുള്ളു. നരച്ച ആകാശത്തിലേക്ക് ഉയർന്നുനിൽക്കുന്ന കുരിശിനു പശ്ചാത്തലമായി പറവകൾ ചിറകടിച്ചു കടന്നുപോയി. ഒരു അവ്യക്തഗന്ധം എങ്ങും വ്യാപിച്ചിരുന്നു. പള്ളിമുറ്റത്ത്, പൂഴിപ്പരപ്പിൽ, പടിക്കെട്ടുകൾക്ക് ഉയരെയായി നിൽക്കയായിരുന്ന ലാസറിനു മാത്രമേ അത് അനുഭവപ്പെട്ടുള്ളു. അകത്ത് അൾത്താരയ്ക്കു മുന്നിൽ മുട്ടുകാലിലിരിക്കയായിരുന്ന മറിയമോ, അവൾക്കു മുന്നിൽ ദയാപരനായ കർത്താവിനെ ധ്യാനിക്കുന്ന ഫാദർ സ്തേവയോ അതറിഞ്ഞില്ല.

മറിയവും ലാസറും യാത്രയാവുംമുമ്പ് അവർ വന്നു. അട്ടഹാസങ്ങളോടെയും വിജയോന്മാദത്തോടെയും ജോർജുകുട്ടി നന്നായി മദ്യപിച്ചുമിരുന്നു. എത്തിയയുടൻ അയാൾ തുടങ്ങി: ''അച്ചോ, പെണ്ണിന്റെ കുമ്പസാരമൊക്കെ കഴിഞ്ഞോ, എങ്കി വിട്ടുതാ–ഞങ്ങളവളെ കല്ലെറിഞ്ഞു കൊല്ലട്ടേ."

ഫാദർ സ്തേവ ഏറിയ ക്ഷോഭത്തോടെ, എന്നാൽ അത് പരമാ

വധി നിയന്ത്രണവിധേയമാക്കി ചോദിച്ചു: ''ഇവൾ ചെയ്ത പാപം എന്ത്? അതിനു തെളിവുകളെന്ത്?"

"ഹ ഹ!" ജോർജുകുട്ടി ഉറക്കെ ചിരിച്ചു. "തെളിവുകളോ, ഇതാ ഇവരൊക്കെത്തന്നെ തെളിവുകൾ."

സാക്ഷികളെപ്പോലെ തനിക്കു പിറകിൽ നിൽക്കുന്ന അനുയായികളെ ജോർജുകുട്ടി ചൂണ്ടി.

"ഇവർ ഇവൾ വ്യഭിചരിക്കുന്നത് കണ്ടുവോ?" ഫാദർ സ്തേവ ചോദിച്ചതിന് "കണ്ടത് മാത്രമോ, ഇവൾ ഇവരെ വശീകരിക്കാൻ. ഉവ്വ് അതു തന്നെ. യഹോവയുടെ പാപം ഇവരുടേമേൽ വീഴ്ത്താൻ, ശ്രമിക്കയും ചെയ്തു" എന്ന് അയാൾ വിട്ടുവീഴ്ചയ്ക്ക് ഇടവരാത്തവണ്ണം പ്രഖ്യാപിച്ചു. അവരോരോരുത്തരും "അത് സത്യം" എന്ന് ശരിവച്ചു. ഫാദർ സ്തേവയ്ക്ക് വാക്കുകളില്ലാതായി. എന്റെ കാലം അവസാനിക്കാറായിരിക്കുന്നു. ആരവം മുഴക്കി കടന്നുവരുന്ന പാപത്തെ തടുക്കുവാൻ എനിക്കാവുന്നില്ല. ചെന്നായ്ക്കളുടെ വായ്ക്കുമുന്നിൽ നിൽക്കുന്ന കുഞ്ഞാടിനെ രക്ഷിപ്പാൻ എനിക്കാവുന്നില്ല.

"സന്ധ്യവരെ നിങ്ങളെനിക്കു സമയം തരിക" എന്ന് ഫാദർ തിടുക്കത്തിൽ അവരെ അറിയിച്ചതിന് അവർ "അതിന്റെ ആവശ്യമില്ലച്ചോ. ഇവൾ പാപംചെയ്തു എന്ന് ബോധ്യംവന്ന സ്ഥിതിക്ക് ഇനിയും സമയമെന്തിന്" എന്നു പറഞ്ഞു. അതിന് ഫാദർ തനിക്കു പറയാനുള്ളത് ആവർത്തിച്ചു. "എങ്കിൽ സന്ധ്യയ്ക്കു വരൂ" എന്നു പറഞ്ഞ്, തൽക്കാലം ക്ഷോഭത്തെ നിയന്ത്രിച്ച് അവർ പടികളിലൂടെ പാഞ്ഞിറങ്ങിപ്പോയി.

അവർ മറഞ്ഞപ്പോൾ, നിങ്ങൾ ഈ നാട്ടിൽനിന്ന് എത്രയും പെട്ടെന്ന് രക്ഷപ്പെട്ടുകൊള്ളുക. ഈ നാട് ശാപഗ്രസ്തമായിരിക്കുന്നു എന്ന് ഫാദർ മറിയത്തെയും ലാസറിനെയും അറിയിച്ചു., "ലാസർ, നിനക്ക് ഇവിടെ പ്രത്യേക ബന്ധുജനങ്ങളോ കടപ്പാടോ ഇല്ല. നീ ഇവളെ പുത്രിയെപ്പോലെ സംരക്ഷിക്കുക. എവ്വിധവും ഇവിടെവിട്ടുപോവുക."

ഏറെ പ്രാർഥിച്ചശേഷം, വിശുദ്ധഗ്രന്ഥമടച്ചുവച്ച് ഫാദർ സ്തേവ ഒരു നിഗമനത്തിലെത്തി, അതിനപ്പുറം മറ്റ് വഴികളൊന്നുമില്ല എന്നുതോന്നി. മനസ്സപ്പാടെ പ്രവർത്തിക്കയായിരുന്നു. ഈ ഇടവകയിലെ കായപ്രാപ്തിക്കു താൻ കെൽപ്പുള്ളവനല്ല. എന്തുകൊണ്ടും ഒരു മാറ്റം, അത് ആവശ്യംതന്നെ. നന്മകൾക്കുമേൽ തിന്മകൾ അടയിരിക്കുന്നു. തിന്മ ചിറകു കുടയുന്നു.

വൈകുന്നേരമായതോടെ ഫാദർ സ്തേവയുടെ വെപ്രാളം പെരുകി.

ഈ അദ്ധ്യായം രൂത്തിൽനിന്നാരംഭിക്കുന്നു. അവന്റെ രക്ഷകനും നാഥനുമായ ലാസർ ഇടവക വിട്ടു പോയതിൽപ്പിന്നെ അവൻ തികച്ചും ദുഃഖത്തിൽ വീണു. ലാസറിന്റെ കടയിലേയും അതിനോടു ചേർന്നുള്ള ഭവനത്തിലേയും ഇരുളിൽ ഭൂമിയുടെ അവസാനനാളുകളെക്കുറിച്ചോർത്ത് അവ

നിരുന്നു. ലാസർ എളുപ്പം മടങ്ങിവരുമെന്നു പറഞ്ഞിരുന്നു. മറിയത്തെ സുരക്ഷിതമായ ഒരിടത്തെത്തിക്കുക എന്നതായിരുന്നു അയാളുടെ ഉദ്ദേശ്യം. എബ്രഹാം മരിച്ചതിൽപ്പിന്നെ, അവളുടെ വീട്ടുകാർ വന്ന് അവളെ വിളിച്ചതായിരുന്നു. എന്നാൽ മറിയം തന്റെ ഭർത്താവിന്റെ ഗന്ധമുറങ്ങുന്ന ആ വീടു വിട്ടുപോകാൻ ഒരുക്കമായിരുന്നില്ല. ഒടുവിൽ മനസ്സില്ലാമനസ്സോടെ അവളിറങ്ങി. ആ ഒരു പകൽ–

ഫാദർ സ്തേവയിൽനിന്നു പിരിഞ്ഞതിൽപ്പിന്നെ ഏറിയ അന്തഃക്ഷോഭങ്ങളോടെയാണ് ലാസറും മറിയവും വീടെത്തിയത്. രൂത്ത് എല്ലാം ഓർക്കുന്നു. സാധനങ്ങൾ കൈയിലൊതുങ്ങുന്നതു മാത്രമെടുത്ത്, തലവഴി സാരി പുതച്ച് ഖിന്നയായി അവർ നിന്നു. "ചേച്ചി എവിടെപ്പോകുന്നു" എന്ന് താൻ ചോദിച്ചതിന് ഒരു വിങ്ങിപ്പൊട്ടൽ മാത്രമായിരുന്നു മറുപടി. ''ഞാൻ ഇനിയും വരും" എന്ന് പടിയിറങ്ങുമ്പോൾ പറഞ്ഞു. ആരുടേയും കണ്ണിൽപ്പെടാതെ തെരുവെത്തുന്നതെങ്ങനെ എന്നാലോചിച്ച് വിഷണ്ണനായിരുന്നു ലാസർ ചേട്ടൻ. അങ്ങേരാകെ വെപ്രാളമായിരുന്നു.

രൂത്തിന് കൂടുതലൊന്നുമറിയുമായിരുന്നില്ല. ജോർജുമുതലാളിയും മറ്റുമാണ് ഇതിനു പിറകിൽ എന്നുമാത്രമറിഞ്ഞു. അത് ആവശ്യത്തിലുമധികമായ അറിവായിരുന്നുതാനും. അവൻ തന്റെ വൈരിയായി അയാളെ മനസ്സാ പ്രഖ്യാപിച്ചു. എങ്കിലും ഞാൻ നിസ്സഹായൻ എന്നോർക്കയും ചെയ്തു. അവൻ ഇയ്യോബിന്റെ വചനം കേട്ടു. ദുഷ്ടന്മാർ ജീവിച്ചിരുന്ന് വാർദ്ധക്യം പ്രാപിക്കുകയും അവർക്കു ബലം വർദ്ധിക്കുകയും ചെയ്യുന്നത് എന്ത്? അവരുടെ സന്താനം അവരോടുകൂടെ അവരുടെ മുമ്പിലും അവരുടെ വംശം അവർ കാൺകെയും ഉറച്ചുനില്ക്കുന്നു. അവരുടെ വീടുകൾ ഭയംകൂടാതെ സുഖമായിരിക്കുന്നു. ദൈവത്തിന്റെ വടി അവരുടെമേൽ വരുന്നതുമില്ല.

ലാസർ പോയതിൽപ്പിന്നെ രൂത്ത് ഏകനായി വീട്ടിലിരുന്നു. അവന് എന്തു ചെയ്യണമെന്ന് അറിഞ്ഞുകൂടാ. ആരെങ്കിലുമന്വേഷിച്ചാൽ അടുത്തൊരിടംവരെ എന്ന് മറുപടി കൊടുക്കുവാനായിരുന്നു ലാസറിന്റെ കല്പന. അവന് വിശന്നില്ല. ഉറക്കംവന്നതുമില്ല. അതിനാൽ ഭക്ഷിപ്പാതെയും ഉറങ്ങാതെയും ഇരുന്നു. ഈ അദ്ധ്യായം അവസാനിക്കുന്നതും രൂത്തിൽത്തന്നെ.

വൈകിട്ട് ഇടവകയിൽ വലിയ കുഴപ്പങ്ങളുണ്ടായി. മറിയത്തിന്റെ വിധിവാചകം ലഭിക്കുവാനായി പള്ളിയിലേക്ക് സംഘമായി ചെന്നെത്തിയ ജോർജുകുട്ടിക്കും മറ്റും, ഫാദർ സ്തേവയെ രോഗശയ്യയിലാണ് കാണാൻ കഴിഞ്ഞത്. കപ്യാർ ഓത ആളുകളെ നിയന്ത്രിക്കാനും അച്ചന്റെരോഗവിവരം അവർക്കു വിവരിക്കാനും പാടുപെട്ടു. "കാലത്ത് നിങ്ങളു പോയതിൽപ്പിന്നെ അച്ചൻ ആകെ കുഴഞ്ഞുപോയിരുന്നു. ഒന്നുരണ്ടു തവണ അകത്തുചെന്നു കിടന്നു. ഉച്ചയോടടുത്ത്, അൾത്താരയ്ക്കു മുന്നിലെത്തി. ഏറെ

ക്കഴിഞ്ഞ് ഞാൻ ചെന്നു നോക്കുമ്പഴോ, അതാ ആ നിലത്ത് ചെന്നു തൊട്ടപ്പോഴോ, ഓ എന്തൊരു ചൂട്! ബോധം നഷ്ടപ്പെട്ടപോലായിരുന്നു. ഇതാ ഇപ്പഴും അവസ്ഥ അതുതന്നാ.

തുരുതുരാ ശാപവാക്കുകളെറിഞ്ഞും അരിശംതീർക്കാൻ മറ്റു വഴികൾ കാണാതെയും അവർ പള്ളിപ്പറമ്പിൽനിന്നു വിട്ടൊഴിഞ്ഞു. പടികളിലൂടെ ഒഴിഞ്ഞു. പാലത്തിലൂടെ ഒഴിഞ്ഞു. അപ്പോഴാണ്, എതിരെ വന്ന ആരോ–അത് ഒരു ചെകുത്താനെപ്പോലെ തോന്നിച്ചു–അലറി വിളിച്ചത്. അവളുപോയി, കൂടെ അവനും പോയി....

എവിടെ എന്ന് അവർ ഉറക്കെ ചോദിച്ചതിന് പ്രത്യുത്തരങ്ങൾ ലഭിച്ചില്ല. അവരോടി. മറിയത്തിന്റെ ഭവനം ശൂന്യമായിരുന്നു. വലിയൊരു താഴ് അവർക്കുനേരെ മിഴിച്ചുനോക്കിക്കിടപ്പുണ്ടായിരുന്നു. നമുക്കീ ഭവനം തീവയ്ക്കാം എന്ന് അവർ ആലോചിച്ചപ്പോൾ, ഉവ്വ്, അതാണ് നല്ലത് എന്ന് ജോർജുകുട്ടി സമ്മതം പ്രഖ്യാപിച്ചു. തീയുയർന്നു. കഴുക്കോലുകളും ജാലകങ്ങളും കരഞ്ഞുകൊണ്ട് കത്തി. ചാമ്പൽ ഭൂമിയിലമർന്നു.

ലാസറിന്റെ കടയ്ക്കുമുന്നിൽ രൂത്ത് ഇരിപ്പുണ്ടായിരുന്നു. വിജയോന്മാദത്തോടെ മടങ്ങുകയായിരുന്ന അവർ അവനോട്: നിന്റെ കിഴവൻ എവിടെപ്പോയി ഒളിച്ചു! അതിന് അവൻ ഞാനറിയുന്നില്ല, ചുറ്റിക്കറങ്ങി ഇവിടെയെത്തിയപ്പോൾ ഇവിടെ ശൂന്യം എന്നറിഞ്ഞു എന്നു പറഞ്ഞു. അത് വാസ്തവം എന്ന് അവർ നിനച്ചു. "നീ ഇനി അവനെ കാക്കണ്ട" എന്നു പ്രഖ്യാപിച്ച് അവർ വസ്ത്രങ്ങളുലച്ച്, ഒരുത്സവത്തിലെന്നപോലെ, കടന്നുപോയി. സന്ധ്യയായി, ഉഷസ്സുമായി, ഒന്നാംദിവസം.

ആ കുളിരുള്ള പ്രഭാതത്തിൽ പറവകളോടൊപ്പം സങ്കേതം തേടുന്ന രൂത്ത്. അവൻ പുഴയിലിറങ്ങി പുഴയെ അറിഞ്ഞു. പുഴ അവനെയും. അവൻ ശുദ്ധിവരുത്തി. അത് വെറുതെ എന്നവനറിഞ്ഞു. എന്നിട്ടും എന്റെ മേൽ ദുഃഖത്തിന്റെ കറ ബാക്കിനിൽക്കുന്നുവല്ലോ. അനന്തരം അവൻ പള്ളിയിലേക്കു ചെന്നു. പോകുംവഴി സെമിത്തേരി കണ്ടു. ജീവകാലം ഓർമ്മിപ്പിക്കുന്ന വൃക്ഷങ്ങൾ കണ്ടു. അവയും വിലപിക്കുകതന്നെ. അവന് കൂടുതൽ വല്ലതും ചിന്തിക്കാൻ സാധിക്കും മുമ്പ് കപ്യാർ ഓത ഇറങ്ങി വന്നു. "കുഞ്ഞേതാ," എന്നു ചോദിച്ചു. അതിന് രൂത്ത് സൗമ്യമായി മറുപടി പറഞ്ഞു:

"രൂത്ത്."

"രൂത്തോ? നീ എവ്ട്ന്നാ?"

"വ്യസനത്തിൽനിന്ന്."

"ങേ?"

"ഉവ്വ്. വ്യസനത്തിൽ നിന്ന്." അവൻ ആവർത്തിച്ചു. എന്താണ് പറയുന്നത് എന്ന് അവൻതന്നെ അറിയുന്നുണ്ടായിരുന്നില്ല. കിറുക്കുപിടിച്ച ഒരു ചെറുക്കൻതന്നെ എന്നു പിറുപിറുത്ത് ഓത തിരികെ നടന്നു. പിറകെ രൂത്തും.

“എനിക്ക് അച്ചനെയൊന്നു കാണാമോ?” എന്ന് രൂത്ത്, പിറകിൽനിന്ന് പതിയെ ചോദിച്ചു. തീർത്തും ഒരു മുതിർന്നയാളെപ്പോലെയായിരുന്നു അവന്റെ ഭാവങ്ങളും നീക്കങ്ങളും.

“അച്ചൻ സുഖമില്ലാതെ കിടപ്പാ”– എന്നു പറഞ്ഞ് കപ്യാർ ഓത സംശയനിവൃത്തി വരുത്തി: ‘’നീ ആ ലാസറിന്റെ കടയിലെയല്ല്യോ?”

രൂത്ത് “അതെ–” എന്ന് പതിയെ സമ്മതിച്ചു. എന്നിട്ട് “എനിക്ക് അച്ചനെയൊന്നു കാണണം.” എന്ന് ആവർത്തിച്ചു.

“അതൊക്കുകേല, സംസാരിക്കരുതെന്നാ ഡോക്ടറ് പറഞ്ഞിരിക്കുന്നേ” – ഓത.

“ഞാൻ വെറുതെ കാണാൻവേണ്ടിയാ”– രൂത്ത് തന്റെ നില വ്യക്തമാക്കിയതിനെത്തുടർന്ന്, ഓത അവനെ അകത്തേക്കു കൊണ്ടുപോയി. ഫാദർ സ്തേവ കിടക്കുകയായിരുന്നില്ല. ശയ്യാതലംവിട്ടെഴുന്നേറ്റ് ജാലകക്കമ്പികൾ പിടിച്ച്, അകലെ താഴ്‌വാരങ്ങളിലേക്ക് കണ്ണയച്ചിരിക്കയായിരുന്നു. ജാലകത്തിലൂടെ രാവിലെയുടെ ഈറൻകാറ്റ് പാഞ്ഞുവരുന്നു.

കാലനക്കം കേട്ട് ഫാദർ തിരിഞ്ഞുനോക്കി. രൂത്തിനെ കണ്ടു. മുഖത്ത് പ്രസന്നത വരുത്താൻ പാടുപെട്ടു. കപ്യാർ ഓത എന്തോ പറയാൻ തുനിഞ്ഞ്, പിന്നെ അതു വേണ്ടെന്നുവച്ച് മുറിവിട്ട് പുറത്തിറങ്ങി.

മറിയയും ലാസറും ഇടവകവിട്ടുപോയെന്നറിഞ്ഞ് ഫാദർ സ്തേവ അതിയായി സന്തോഷിച്ചു. അനന്തരം താനും ഈ ഇടവക വിട്ടുപോകുന്ന വിവരം രൂത്തിനെ ധരിപ്പിച്ചു. പകരം വേറൊരാൾ ഇനി മുതൽ നിങ്ങളുടെ ഇടയനായിരിക്കും. എനിക്കു വയ്യ. ഞാൻ പോകയാണ്....

എങ്ങോട്ട് എന്ന് രൂത്ത് ചോദിച്ചതിന്, ഫാദർ സ്തേവ മറുപടിയൊന്നും പറഞ്ഞില്ല. അരിഷ്ടന്റെ പ്രാർത്ഥനയായിരുന്നു ഓർമ്മയിൽ. എന്റെ അസ്ഥികൾ തീക്കൊള്ളിപോലെ വെന്തിരിക്കുന്നു. എന്റെ ഹൃദയം അരിഞ്ഞ് പുല്ലുപോലെ ഉണങ്ങിയിരിക്കുന്നു. ഞാൻ ഭക്ഷണം കഴിപ്പാൻ മറന്നുപോകുന്നു. എന്റെ ഞരക്കത്തിന്റെ ഒച്ചനിമിത്തം എന്റെ അസ്ഥികൾ മാംസത്തോടു പറ്റുന്നു.... എന്റെ ആയുസ്സു ചാഞ്ഞുപോകുന്ന നിഴൽപോലെയാകുന്നു....

നല്ലവനായ എബ്രാഹമിനും അവന്റെ ഭവനത്തിനും വന്നുപെട്ട അഹിതങ്ങൾ ചെറുക്കുവാൻ എനിക്കായില്ല. തിന്മകൾ കൊമ്പുകുലുക്കി പുഴ താണ്ടി വരുന്നു. പുഴയ്ക്കുമേലെ പാലം പണിതവനെ ആരും ഓർക്കുന്നില്ല. ഇടവകയിൽ ശാന്തി വിതച്ചവനെ ആരും ഓർക്കുന്നില്ല. അവന്റെ വിധവയെ ഇവർ പീഡിപ്പിക്കുന്നു. യഹോവയുടെ ശിക്ഷകൾ ഇവരെ കാത്തിരിക്കുന്നു. പാപവിചാരം തീണ്ടാത്ത മറിയത്തെ ഇവർ പാപി എന്നു വിളിക്കുന്നു. അവളെ അടിച്ചോടിച്ചിരിക്കുന്നു. കല്ലെറിയാൻ ഓങ്ങിനിൽക്കുന്നു. യഹോവേ, നീ നിന്റെ തന്ത്രങ്ങളാൽ ന്യായവിധി നടപ്പാക്കണമേ. ഞാൻ പിരിയുന്നു. നീ മറിയത്തെ കാക്കുക.

ആമേൻ, ജാലകത്തിലൂടെ വന്ന കാറ്റ് പറഞ്ഞു.

ഇതേസമയം നമുക്ക് മറിയത്തെപ്പറ്റി ചിന്തിക്ക, വ്യസനത്താൽ വിവശയായി അവൾ ഒരു തിരമാലയിലെന്നപോലെ നീങ്ങുകയായിരുന്നു. വീട്ടിലെത്തിയാൽ അപ്പനെന്തു കരുതും, അമ്മച്ചിയോടെന്തു പറയും എന്ന് അവൾ ഓർത്തു ദുഃഖിച്ചു. അവളുടെ മനോഗതി ഏതാണ്ട് വായിച്ചതുപോലെ ലാസർ "നീ വിഷമിക്കാതിരിക്ക, എല്ലാം ഞാൻ പറഞ്ഞുകൊള്ളാം" എന്നു പറഞ്ഞു.

ലാസർ മറിയത്തിന്റെ അപ്പനോടും അമ്മച്ചിയോടും പറഞ്ഞത്, കടയടച്ച് ഞാൻ കുറച്ചുനാൾ നാട്ടിലോട്ട് പോകയാ. അവിടെയിപ്പോ മറ്റു പരിചയക്കാരോ വിശ്വസ്തരോ ഇല്ലായ്കകൊണ്ട് ഇവളെ ഇവിടെ കൊണ്ടുവന്നാക്കുന്നു. അതിന്, ലാസർ ചെയ്ത ഉപകാരം സ്വർഗരാജ്യത്തിലും വാഴ്ത്തപ്പെടും എന്ന് അവർ സൂചിപ്പിച്ചു.

പിറ്റേന്നു പുലർച്ചെ ലാസർ അവിടംവിട്ടിറങ്ങി പടിവാതിൽക്കൽവരെ തന്നെ അനുഗമിച്ച മറിയത്തോട് സ്വസ്ഥതയോടും സമാധാനത്തോടും ഇരിക്ക, കുറച്ചുനാൾ കഴിഞ്ഞ് ഞാൻ വരാം എന്ന് ലാസർ പറഞ്ഞു. അതിൽപ്പിന്നെ നടന്നുതുടങ്ങി. സൂര്യൻ തലയ്ക്കുമീതെ കത്തി.

ഞാൻ സൂര്യനു കീഴെ ഇങ്ങനെയും ജ്ഞാനം കണ്ടു. അത് എനിക്ക് വലുതായി തോന്നി. ചെറിയൊരു പട്ടണം ഉണ്ടായിരുന്നു. അതിൽ മനുഷ്യർ ചുരുക്കമായിരുന്നു. വലിയൊരു രാജാവ് അതിന്റെനേരെ വന്നു. അതിനെ നിരോധിച്ചു. അതിനെതിരെ വലിയ കൊത്തളങ്ങൾ പണിതു. എന്നാൽ അവിടെ സാധുവായ ഒരു ജ്ഞാനി പാർത്തിരുന്നു. അവൻ തന്റെ ജ്ഞാനത്താൽ പട്ടണത്തെ രക്ഷിച്ചു. എങ്കിലും ആ സാധുമനുഷ്യനെ ആരും ഓർത്തില്ല. ജ്ഞാനം ബലത്തേക്കാൾ നല്ലതുതന്നെ. എങ്കിലും സാധുവിന്റെ ജ്ഞാനം തുച്ഛീകരിക്കപ്പെടുന്നു. അവന്റെ വാക്ക് ആരും കൂട്ടാക്കുന്നുമില്ല. എന്നു ഞാൻ പറഞ്ഞു.

ഇടവകയിലെത്തിയ ലാസറിനെ അവർ കൊന്നുകളഞ്ഞു. എനിക്കൊരു കാര്യം പറവാനുണ്ട് എന്നയാൾ വിലപിച്ചതിന്, ഒരൊറ്റ തള്ള്. മുട്ടൻവടികൊണ്ട് ഓങ്ങിയോരടി. അതിന് അയ്യോ എന്നൊരു വിലാപം മറുപടി. ചുണ്ടുകൾക്കു വലത്തേകോണിലൂടെ ചോരവാർന്നു. പൊടിയിലമർന്ന ലാസറിനെ അവർ ഒരു മരക്കുരിശിൽ ചേർത്തു കെട്ടുകയും നഗരപ്രദക്ഷിണം നടത്തുകയും ചെയ്തു. കാഴ്ചക്കാരേറെയുണ്ടായിരുന്നു. മുമ്പിൽ വിളക്കയിൽ ജോർജുകുട്ടി തന്റെ ചുവന്ന ജീപ്പിലിരുന്ന് ആളുകൾക്കു കൈവീശി. അയാൾക്ക് അരുകിൽ, മദ്യം വലവീഴ്ത്തിയ കണ്ണുകളോടെ ഇരിക്കുന്ന ആളുടെ പേര് ജോസഫ് നൈനാൻ. അയാൾ ഒരു പൊലീസ് ഇൻസ്പെക്ടർ ആയിരുന്നു. ലാസറിന്റെ മൃതശരീരം അവർ ആഘോഷപൂർവം ചെകുത്താൻകുഴിയിൽ തള്ളി. സന്ധ്യയായി ഉഷസ്സുമായി രണ്ടാംദിവസം.

മൂന്നാംനാൾ പത്തുമണിയോടടുത്ത നേരത്ത് ഫാദർ ഗബ്രിയേൽ

ഫാദർ സ്തേവയിൽനിന്ന് ഇടവകയുടെ ഭരണം ഏറ്റെടുത്തു. തുടുത്ത മുഖവും ഉരുണ്ട കണ്ണുകളും കണ്ണുകൾക്കുമീതെ ഇടതൂർന്ന കൂട്ടുപുരികവുമുള്ള ഒരു കുറിയ മനുഷ്യനായിരുന്നു നാൽപ്പതിലെത്തിയ ഗബ്രിയേലച്ചൻ. അയാളുടെ നിറം ഇരുണ്ടതും രൂപം തടിച്ചതുമായിരുന്നു. വെള്ള വസ്ത്രം ഒരധികപ്പറ്റുപോലെ തോന്നിച്ചു.

സംഭവം മണത്തറിഞ്ഞെത്തിയ ആളുകൾ ഗബ്രിയേലച്ചനെ മാത്രം കണ്ടു. പഴയ അച്ചൻ എവിടേക്കു പോയി? അവർക്കു കാണുവാനൊത്തില്ല. ഭൂമി വലിയൊരു ഇരുട്ടിൽപ്പെട്ടു പോയിരിക്കയായിരുന്നു. പള്ളിമുറ്റത്തെ റോസാച്ചെടികൾ ഫാദർ സ്തേവയുടെ ഓമൽക്കുരുന്നുകൾ– അത് പ്രകടമാക്കി. അവ വിഷാദിച്ചു നിന്നു.

സിസ്റ്റർ എമിലി. (കോൺവെന്റിന്റെ ടെറസിലിരുന്ന് പുഴയെ നോക്കിക്കൊണ്ട്) സ്വർഗ്ഗത്തിൽ കയറുകയും ഇറങ്ങിവരികയും ചെയ്തവൻ ആര്? കാറ്റിനെ തന്റെ മുഷ്ടിയിൽ പിടിച്ചടക്കിയവൻ ആര്? വെള്ളങ്ങളെ വസ്ത്രങ്ങളിൽ കെട്ടിയവൻ ആര്?

സിസ്റ്റർ ആഗ്നസ്: (തട്ടത്തിനു കീഴെ എണ്ണമിനുപ്പാർന്ന മുഖം. ഇളംകുഞ്ഞിന്റെ നിഷ്കളങ്കത) യഹോവയായ ദൈവം, ആമേൻ.

സിസ്റ്റർ ലില്ലി: അതാ, താഴേക്കു നോക്കുക. അതെന്ത്? കപ്യാരോടൊപ്പം അതാ–

സിസ്റ്റർ എമിലി: അത് പുതിയ അച്ചനാണ്. പേര് ഗബ്രിയേൽ. സ്തേവയച്ചന് ദീനമായതോണ്ട് പകരം വന്നതാ.

സിസ്റ്റർ ലില്ലി: അതേയോ, ഞാനറിഞ്ഞില്ല ശ്ശ്ശ്.... അതാ അവരിങ്ങെത്തി.

(അവർ മൂവരും എഴുന്നേറ്റ് സവിനയം നിന്നു. ഫാദർ ഗബ്രിയേലും കപ്യാർ ഓതയും മദർ ജെറിഫില്ലയോടൊത്ത് ടെറസിലേക്കു വന്നു.)

മദർ ജെറിഫില്ല: (സിസ്റ്റർമാരെ ഓരോരുത്തരെയായി പേരെടുത്ത് പരിചയപ്പെടുത്തിയശേഷം) ഇത് ഫാദർ ഗബ്രിയേൽ. ഇന്നുതൊട്ട് ഇവിടാണ്.

അതെ. ഇവിടെത്തന്നെ, എന്താ വിശ്വാസം വരുന്നില്ലേ എന്ന മട്ടിൽ ഫാദർ ചിരിച്ചുകാട്ടി.

രൂത്ത് അപ്പോഴും കിതപ്പിൽനിന്ന് മുക്തനായിരുന്നില്ല. അവന്റെ കുരുന്നുമുഖത്ത് ഒരു രാവും പകലും നീണ്ടുനിന്ന തീമഴയുടെ വാട്ടമത്രയുമുണ്ടായിരുന്നു. മറിയം വീട്ടിൽ തനിച്ചായതിനാൽ, അവന് വേണ്ടത്ര സാവകാശമെടുത്ത് പറയാനൊത്തു. ലാസറുചേട്ടന് സംഭവിച്ച വിധിയെപ്പറ്റി കേട്ടപ്പോൾ കരച്ചിൽ നഷ്ടപ്പെട്ട് മറിയം സ്തബ്ധയായി നിന്നു. തനിക്കുവേണ്ടി തന്റെ പ്രാണൻ പുല്ലുപോലെ നീക്കിവെച്ചുകൊടുത്ത സ്നേഹധനനു വേണ്ടി കുരിശുവരയ്ക്കാൻ അവൾ തുനിഞ്ഞില്ല. അവൾക്കുമേലോ, വലിയൊരു കുരിശാണുള്ളത്. മനസ്സമാധാനം ഒരിക്കലും നൽകാത്ത കുരിശ്.

ഇനി അവൾക്ക് അവളുടെ ഈ ജീവതമെന്തിന്? അവളെ പുത്രിയെപ്പോലെ കാത്തുനില്പാൻ തയ്യാറായവൻ അവൾക്ക് മുന്നിൽനിന്ന് തുടച്ചുനീക്കപ്പെട്ടു. യഹോവതന്നിലൂടെ പകരം വാക്ക് ആവശ്യപ്പെടുന്നതായി അവൾ കണ്ടു. അവളുടെ കണ്ണുകൾ തിളങ്ങുന്നതും മുഖം ജ്വലിക്കുന്നതും കണ്ടപ്പോൾ രൂത്തിന് അതിശയവും ഭീതിയുമുണ്ടായി. അതെന്ത് എന്ന് അവൻ ചോദിച്ചതിന്, ഞാൻ ഒരു വീടു പണിതു. അതിന് ഏഴു തൂൺതീർത്തു. മൃഗങ്ങളെ അറുത്തു, അതിൽ വിഷം ചേർത്തു, വീഞ്ഞു കലക്കി, അതിൽ വിഷം ചേർത്തു, തന്റെ മേശ ചമയിച്ചുമിരിക്കുന്നു. വിഷമുള്ളുകൊണ്ട് ശയ്യാതലം തീർത്തുമിരിക്കുന്നു എന്ന് അവൾ പറഞ്ഞു: മൂറും അകിലും ലവംഗവും കൊണ്ടു ഞാൻ എന്റെ മെത്ത സുഗന്ധമാക്കിയിരിക്കുന്നു. ദുഷ്ടജനങ്ങളെ വരിക, വെളുക്കുംവരെ നമുക്ക് പ്രേമത്തിൽ രമിക്കാം. കാമവിലാസങ്ങളാൽ നമുക്കു സുഖിക്കാം...

രൂത്ത് മറിയത്തിന്റെ തീക്കണ്ണുകൾ കണ്ടു.

അന്ന് പുഴക്കരയിൽ ഞണ്ടുകൾ കുറവായിരുന്നു. കൈനിറയെ ഞണ്ടുകൾ കിട്ടുന്ന കാലത്ത്, അവ കുറവാകുന്നത് എന്തുതന്നെയായാലും പൊറുപ്പതല്ല. അതിനാൽ എസ്തപ്പാൻ വിയർപ്പു തുടച്ച് വീണ്ടും വീണ്ടും ശ്രമം തുടർന്നു. അന്ന് ജോർജുകുട്ടിക്ക് വാക്കുകൊടുത്തതായിരുന്നു. എന്നാൽ ഉച്ചവെയിൽ കത്തിയാളുന്നതുവരെ കാത്തിട്ടും ഒരൊറ്റയെണ്ണത്തിനേയും അയാൾക്കു പിടികൂടാനൊത്തില്ല, വാസ്തവത്തിൽ ഞണ്ടുകൾ തീരെ ഇല്ല എന്ന് പറഞ്ഞുകൂടാ. ഉള്ളവ എസ്തപ്പാനെ ഏറെനേരം കളിപ്പിച്ചശേഷം, ഭൂമിയുടെ ആഴങ്ങളിലേക്ക് കുതിക്കയായിരുന്നു. അയാൾ കൈകൊണ്ടും കാലുകൊണ്ടും ഒരു മഞ്ഞുമലയിലൂടെയുള്ള വിനോദസഞ്ചാരംപോലെ, ആംഗ്യംകാട്ടി അങ്ങുമിങ്ങും പാഞ്ഞുനടക്കുന്നതായി, ദൂരെനിന്ന് കാണുന്നവർക്കു തോന്നും. പക്ഷേ, ദൂരെനിന്ന് അങ്ങനെയൊരു കാഴ്ചക്കാർ എസ്തപ്പാനുണ്ടായിരുന്നില്ല. തന്റെ വിധിയിൽ സ്വല്പം പരിതപിച്ച്, ഒരു വടവൃക്ഷത്തിന് കീഴെ അമർന്നശേഷം അയാൾ ഗാഢമായ ഒരു നിദ്രയെക്കുറിച്ച് ചിന്തിച്ചു. വെയിലിങ്ങനെ തിളങ്ങുമ്പോൾ ചുമ്മാ ചാരിക്കിടന്നുറങ്ങുക ഒരു രസമുള്ള കാര്യംതന്നെ. അയാൾ ഞണ്ടുകളെയും വിളക്കയിലിനെയും ജോർജുകുട്ടിയെയും വിസ്മരിച്ചുകൊണ്ട് ഉറക്കംപിടിച്ചു തുടങ്ങിയപ്പോൾ, അതേ വൃക്ഷത്തിന് മറുവശത്തെ കാട്ടുപൊന്തുകളുടെ തണലിൽ അതുവരെ ഉറങ്ങിക്കിടന്ന് ആലസ്യം തീർത്ത ജെസി എന്ന വേശ്യ, അയാളെ കണ്ടു. എന്നാൽ, അവളിൽ ഭീതിയാണുണർന്നത്. പിഴച്ചവളായ മറിയത്തെ (അതെനിക്ക് വ്യക്തമായി അറിയാൻ മേലെങ്കിലും) നാടുകടത്തുകയും അവളുടെ രക്ഷകനെ കൊന്നുകളയുകയും ചെയ്തവരിൽ ഇവനുമുണ്ട്. ഇവനോ, മുമ്പും പലതവണ എന്റെ സ്തനങ്ങൾ ആസ്വദിക്കുകയും, വീഞ്ഞു രുചിച്ചുവനുമാണ്. അതവൻ ഓർത്തിരിപ്പാൻ സാദ്ധ്യതയില്ല. അതിനാൽ ഞാൻ ഇവനിൽനിന്ന് രക്ഷപ്പെടട്ടെ.

അപ്പോൾ, കാലനക്കം കേട്ട് നിദ്രയിലേക്ക് പൂർണമായി വീണുകഴിഞ്ഞിട്ടില്ലാത്ത എസ്തപ്പാൻ ഉണർന്നത് ഒരു സ്ത്രീ ഓടിയകലുന്നത് കണ്ട്. അത് ജെസ്സി എന്നറിഞ്ഞു. ഹായ്, ഇതുപോലുള്ള ഒരു നേരത്ത്, ഒരു നേരമ്പോക്ക് എന്ത് ആശ്വാസപ്രദമായിരിക്കും ! എന്നാൽ ഇവളോ, ഓടിയകലുന്നു. അയാൾ പലതവണ നീട്ടിവിളിച്ചതിന് അവൾ ഓടിപ്പോകമാത്രം ചെയ്തതു കണ്ട്, എസ്തപ്പാൻ ഒരു കുതികുതിച്ച് അവളുടെ അരികിലെത്തി. കാശൊക്കെ തരാം, നീ പേടിക്കേണ്ട എന്നറിയിച്ച്, അവളെ വരിഞ്ഞുപിടിച്ച് കാട്ടുപൊന്തകളിലേക്കു മടക്കിക്കൊണ്ടുവന്നു. അനുസരിച്ചില്ലെങ്കിൽ അയാൾ തന്നെ കൊല്ലുമെന്ന് അവൾക്കുറപ്പുണ്ടായിരുന്നു. അതിനാൽ സമ്മതമല്ലെങ്കിലും വഴങ്ങി.

ഏറെയും ഉണങ്ങിയ പാഴ്ച്ചെടികളായിരുന്നു അവിടമാകെ. ചെടിക്കമ്പുകളും ഉരുളൻ കല്ലുകളുമായിരുന്നിട്ടും എസ്തപ്പാൻ ജെസിയെ അവിടെ കിടത്തി. അവൾ ചെറുതായ ഞരക്കം പ്രകടിപ്പിച്ചതിന് അടങ്ങിക്കിടക്കെടീ എന്ന അയാൾ ഒച്ചയെടുത്തു. ഒരു വീക്കുവെച്ചു തന്നാലുണ്ടല്ലോ, ങ്ഹാ....

അനന്തരം അവളുടെ ചുവപ്പുജാക്കറ്റും നിറംമങ്ങിയ ചേലയും അഴിച്ചുമാറ്റി അവളിലേക്കമർന്നു. അവൾ തീരെ സഹകരിക്കുന്നില്ലെന്നുകണ്ട്, പട്ടണത്തിലെ പിള്ളേരെ കണ്ട് നിനക്കു നെഗളിപ്പു വന്നുവോടി, എന്ന് ചോദിച്ച് അവളുടെ വലത്തെ കവിളിൽ ഒരു കടി വെച്ചുകൊടുത്തു. അവൾ അയ്യോ എന്ന് നേർത്ത ശബ്ദത്തിൽ വിലപിച്ചതിന്, എസ്തപ്പാൻ അടിവസ്ത്രങ്ങളും നീക്കംചെയ്തു. അവളുടെ സ്തനങ്ങൾ വലതുകൈപ്പിടിക്കുള്ളിലൊതുക്കി പരിശോധിച്ചതിന് അത് ഉറപ്പുള്ളത് എന്നറിഞ്ഞു. മുൻപൊന്നും അയാൾക്കിത്ര കാഠിന്യം അനുഭവപ്പെട്ടിരുന്നില്ല എന്നു വേണം നിഗമനത്തിലെത്തുവാൻ. അയാൾ അവളുടെ ചുണ്ടുകളും ഖരം എന്നറിഞ്ഞു. മുമ്പ് നാരങ്ങയല്ലിപോലെ അയാളുപയോഗിച്ച ആ അധരങ്ങളാൽ അയാൾക്ക് ഇപ്പോൾ ഏറ്റം പ്രയാസമുണ്ടായി. അവളാകട്ടെ, തന്റെമേൽ വന്നുഭവിച്ച ചെകുത്താനെ എവ്വിധം എളുപ്പം അകറ്റേണ്ടു എന്നറിയാതെ തളർന്നവശയായി കിടന്നു. അവൾക്കു താഴെ കല്ലുകളും കുറ്റികളും പൊടിഞ്ഞമർന്നു. എസ്തപ്പാൻ ഒരു ചെന്നായയെപ്പോലെ മുരളുകയും ആട്ടിൻകൊറ്റനെപ്പോലെ ചീറുകയും ചെയ്തുകൊണ്ട് അവൾക്കുമേൽ പടർന്നു...

ഞണ്ടിറച്ചിയില്ലെങ്കിലും, വിളക്കയിലെ തീൻമേശ മേൽത്തരമായി അലങ്കരിക്കപ്പെട്ടിരുന്നു. കാളക്കിടാവ്, ആട്ടിൻകുട്ടി, കോഴി, പന്നി ഇവയുടെ ഇറച്ചികൊണ്ട് വിശിഷ്ടഭോജ്യങ്ങൾ തയ്യാറാക്കപ്പെട്ടിരിക്കുന്നു. കൃത്യസമയത്തുതന്നെ അതിഥികളും വന്നുചേർന്നു. ആയിടെയായി, ജോർജുകുട്ടി കോട്ടേജിൽ മാത്രം തന്റെ തമാശകളൊതുക്കാതെ, തറവാട്ടുഭവനത്തിലേക്കും അവ മാറ്റംചെയ്തിരുന്നു. ഇരുവശവും തളർന്ന്, കഴുക്കോലുകളിലെ

ഇരുട്ടിനെ മാത്രം കണ്ടുകൊണ്ടു കിടക്കുന്ന അപ്പനോ, ദൈവകൃപയ്ക്കായി സ്തോത്രങ്ങളിൽ മുഴുകിക്കഴിയുന്ന അമ്മച്ചിയോ അയാൾക്കൊരു ശല്യമായില്ല. അയാൽ തന്റെ വച്ചുവിളമ്പലിന് കുശിനിയിൽ ഒരു പെണ്ണൊരുത്തിയെ നിയമിച്ചിരുന്നു. അവളുടെ പേർ മോളി എന്നത്രെ. അവൾ മേദസ്സും സൗന്ദര്യവുമുള്ള ഒരു മികച്ച ഉരുപ്പടിയായിരുന്നു. ചാമച്ചേരി അന്തോണി വഴിയായിരുന്നു അയാൾ തന്റെ പുതിയ കുശിനിക്കാരിയെ സംഘടിപ്പിച്ചത്.

മുഖ്യാതിഥി വന്നിറങ്ങിയത്, ജോർജുകുട്ടി അയച്ചുകൊടുത്ത ചുവന്ന ജീപ്പിൽത്തന്നെ. വെളുത്ത കാലുറകളും മഞ്ഞപ്പൂക്കൾ പടർന്ന ഒരു മേലുടുപ്പും ധരിച്ച ദീർഘകായനായ ആ വ്യക്തി മറ്റാരുമല്ല–ഫെർണാണ്ടസ് തന്നെയാകുന്നു. ആയിടെ മാത്രം ഇടവകയിലെത്തിയ ആൾ. അയാളുടെ മകൾ സൂസനും അയാളും ഇടവകയുടെ കിഴക്കേ അതിർത്തിയിൽ കളത്തിങ്കൽ പൈലിച്ചേട്ടന്റെ ഒഴിഞ്ഞ വീട്ടിൽ താമസിക്കുന്നു. മറിയത്തെച്ചൊല്ലി ആളുകൾ ബദ്ധപ്പെട്ട ആ ഒരു സന്ധ്യയിലായിരുന്നു ജോർജുകുട്ടി ഫെർണാണ്ടസിനെ പരിചയപ്പെട്ടത്. ആദ്യദർശനത്തിൽത്തന്നെ അവർ ഇഷ്ടപ്പെട്ടുപോയി. അന്ന് അവർക്കിടയിലെ സ്നേഹത്തിന്റെ ചരട് ഓരോ ലാർജ് വിസ്കിയായിരുന്നുവെങ്കിൽ, അതു വളർന്നു വളർന്ന് ഇപ്പോൾ സൂസൻതന്നെയാകുന്നു. ഫെർണാണ്ടസിനെയും സൂസനെയും ഒരുമിച്ചാണ് വിരുന്നു ക്ഷണിച്ചതെങ്കിലും, ജീപ്പിൽനിന്ന് ഫെർണാണ്ടസ് മാത്രം വന്നിറങ്ങിയതു കണ്ട് ജോർജുകുട്ടി അസ്വസ്ഥനായി. അതിന്, “അവൾക്ക് പോരാൻനേരത്ത് വല്ലാത്തൊരു തലവേദന” എന്ന് ഫെർണാണ്ടസ് പറഞ്ഞു.

പുറംതളത്തിൽനിന്ന് ടെറസിലേക്കുള്ള ഗോവണി തുടങ്ങുന്നു. അതിനോരംചേർന്നുള്ള മനോഹരമായ മുറിയിലേക്ക് ജോർജുകുട്ടി ഫെർണാണ്ടസിനെ ക്ഷണിച്ചു. ഫെർണാണ്ടസിനെക്കൂടാതെ ജോർജുകുട്ടി ഒരാളെക്കൂടി വിരുന്നിന് വിളിച്ചിരുന്നു. അത് വാസ്തവത്തിൽ ഒരു വിരുന്നുകാരൻ അല്ലതാനും. അയാൾ ജോസഫ് നൈനാൻ എന്ന പൊലീസ് ഇൻസ്പെക്ടർ ആകുന്നു. അയാൾ ഈയിടെയായി വിളക്കയിലിലെ നിത്യസന്ദർശകനും ജോർജുകുട്ടിയുടെ വീട്ടുകാരനുംതന്നെ.

കമനീയമായ ആ മുറി പാശ്ചാത്യമാതൃകയിൽ അലങ്കാരങ്ങളോടുകൂടിയതായിരുന്നു. നിലത്തു വിരിയിട്ട പരവതാനിയിലും ഇരിപ്പിടങ്ങളിലെ കുഷ്യനുകളിലും ജാലകവിരികളിലും ഒക്കെ അത് പ്രകടമായിരുന്നു. നേരെ അഭിമുഖമായി വലിയ ഒരു ആൾക്കണ്ണാടിയും അതിനുമുകളിലായി കാട്ടുപോത്തിന്റെ സ്റ്റഫുചെയ്ത തലയും ഘടിപ്പിച്ചിരുന്നു. തലയിലെ രണ്ടു കൂറ്റൻ കൊമ്പുകൾ ആ മുറിയാകെ നിറഞ്ഞുനിൽക്കുന്നതായി തോന്നിച്ചു. അതു കണ്ടപ്പോൾ, മദ്യം തുടങ്ങിയിരുന്നില്ലെങ്കിൽക്കൂടി, മുമ്പൊരിക്കൽ (അതെ, മുമ്പൊരിക്കൽ, അയാൾ നീപ്പാളിന്റെ തീരഭൂവിൽ ഒരു സോൾജേർ ആയിരുന്നുവല്ലോ). അയാൾ നടത്തിയ ഒരു നായാട്ടിനെക്കുറിച്ച് പറഞ്ഞേ അടങ്ങൂ എന്ന മട്ടിലായിത്തീർന്നു ഫെർണാണ്ട

സ്. ഇതെന്തൊരു അരസികൻ എന്ന് ജോർജുകുട്ടിക്കു തോന്നിയെങ്കിലും അത് പ്രകടിപ്പിച്ചില്ല. അതു മാത്രമല്ല, വർദ്ധിച്ച ഉത്സാഹത്തോടെ കേട്ടിരിക്കയും ഇടയ്ക്കിടെ ഓരോ ഗ്ലാസുകൂടി നിറച്ച് നീട്ടുകയും പ്രോത്സാഹിപ്പിക്കുകയും ചെയ്തു. ജോസഫ് നൈനാൻ വലിയൊരു കോഴിക്കാലിൽ പിടികൂടി പൊരുതുകയായിരുന്നു. ക്രമേണ ക്രമേണ ആ തീൻമേശയിലെ വിഷയം മറിയത്തിലേക്ക് ചെന്നെത്തി. ഫെർണാണ്ടസ്, താൻ ആയിടെമാത്രമാണ് ഇടവകയിലെത്തിയതെന്നും പക്ഷേ, ഇപ്പോൾ ഇവിടെ കന്യകയായ തന്റെ മകൾക്കും സത്യവിശ്വാസിയായ തനിക്കും പാർപ്പതിന് വയ്യാതായിരിക്കുന്നുവെന്നും പറഞ്ഞു. എവ്വിധമെങ്കിലും മകൾക്ക് ഒരു ട്രാൻസ്ഫർ ലഭിക്കണേയെന്നാണ് തന്റെ പ്രാർത്ഥനയെന്നും പക്ഷേ, ജോർജുകുട്ടിപ്പോലുള്ള ഒരു മഹാപുരുഷനെ വിട്ടുപോവുക ദുഃഖകരമാണെന്നും അറിയിച്ചു. “എങ്കിലും ആ പെണ്ണിന്റെ തന്റേടം ഒരു വല്ലാത്തതുതന്നെ” എന്ന് ഫെർണാണ്ടസ് പ്രഖ്യാപിച്ചതിന് ജോർജുകുട്ടിയും ജോസഫ് നൈനാനും സമ്മതഭാവത്തിൽ നിലകൊണ്ടു. ഇതിനൊക്കെ വളംവച്ചുകൊടുത്തത് വാർദ്ധക്യത്തിന്റെ തിമിരം പിടിപെട്ടുപോയ ആ കിഴവൻ കത്തനാരാണെന്ന് അസന്ദിഗ്ദ്ധമായി ജോർജുകുട്ടി പ്രഖ്യാപിച്ചു. അതിന് ഇനി ഇടവക ശാന്തമായല്ലോ എന്ന് ഫെർണാണ്ടസ് സമാധാനിച്ചു. പുതിയ പുരോഹിതനെ കഴിഞ്ഞൊരുനാൾ തനിക്ക് അടുത്ത് പരിചയപ്പെടാൻ സാധിച്ചതിനെപ്പറ്റിയും ആ സന്ദർഭം താൻ ആയുസ്സിലെ അനർഘനിമിഷമായി എണ്ണുന്നുവെന്നും അയാൾ സൂചിപ്പിച്ചു. അതിന് ജോർജുകുട്ടി, തന്റെ ഭവനത്തിലേക്ക് വളരെ താമസിയാതെ ഒരിക്കൽ അങ്ങേര് വരുമെന്ന് വാക്കുതന്ന കാര്യം വ്യക്തമാക്കി.

രണ്ടാമത്തെ കുപ്പി തുറന്നപാടെ ഒഴിഞ്ഞുതുടങ്ങി. അവർ മത്സരിച്ചു കുടിക്കയായിരുന്നുവെങ്കിലും ജോർജുകുട്ടി അകൽച്ച കൽപ്പിച്ചുനിന്നു. എന്നാൽ അത് ശ്രദ്ധേയവുമായിരുന്നില്ല. ആ കുപ്പി തീർന്നപാടെ, ജോസഫ് നൈനാന്റെ കാറ്റൊഴിഞ്ഞു. അയാൾ തീൻമേശയിൽത്തന്നെ തീൻപണ്ടങ്ങൾക്കും എച്ചിലുകൾക്കും നടുവിൽ മുഖമലച്ച് വീണുകിടന്നു. ആരും അയാളെ എഴുന്നേൽപ്പിച്ചതുമില്ല. അപ്പോൾ പുതിയൊരു കുപ്പിയുമായി പ്രവേശിച്ച മോളി, കുപ്പി മേശമേൽ വെച്ച് പിന്തിരിയുമ്പോൾ, ഫെർണാണ്ടസിന്റെ മുഖത്ത് മാംസപേശികൾ വിരിഞ്ഞു. അയാളുടെ തല കുഴയാൻ തുടങ്ങിയിരിക്കുന്നു. ശരീരമോ ആടിയുലയുകയും. എങ്കിലും അയാളുടെ കരുത്തുള്ള ശരീരം ഒരുവിധം ഉയരുകയും മോളിയെ പിന്തുടരുകയും ചെയ്തു. വാതിൽക്കൽവെച്ച് അയാൾ മോളിയുടെ തടിച്ച ചുമലുകളിൽ ചാഞ്ഞു. അതിന് അവൾക്ക് പരിഭവമില്ലായിരുന്നുതാനും. അവൾ ഒരുപക്ഷേ, ഇപ്പോൾത്തന്നെ വളരെ വൈകിയിരുന്നു. ജോർജുകുട്ടി കണ്ണുകൾകൊണ്ട് ഒരാംഗ്യമുണ്ടാക്കിയതിനെത്തുടർന്ന് അവൾ ഫെർണാണ്ടസിനെ വരിഞ്ഞുചുറ്റി അകത്തെ ഒരു മുറിയിലേക്കു നടന്നു. അയാൾ അവളിൽ ഓരോ കിറുക്ക് പ്രകടിപ്പിച്ചുതുടങ്ങി

യതിനാൽ അവൾക്ക് ഇക്കിളിയുണ്ടായി. അവൾ ശബ്ദമുണ്ടാക്കിച്ചിരിച്ചു.

അന്നേരമത്രയും ഗോവണിക്ക് എതിർവശത്തെ മുറിയിൽ, തന്റെ ഭർത്താവിന്റെ ദീനക്കിടയ്ക്കയ്ക്കരികിലിരുന്ന് എസ്തേർ വിലപിക്കുകയായിരുന്നു. മുന്നിൽ എരഞ്ഞുതീരാറായ മെഴുകുതിരിയും പാതി തുറന്നുവെച്ച വേദപുസ്തകവും. അയ്യോ, എന്റെ വ്യസനം ഒന്നു തൂക്കി നോക്കിയെങ്കിൽ! എന്റെ വിപത്തു സ്വരൂപിച്ച് തുലാസിൽ വെച്ചെങ്കിൽ!... വ്യർത്ഥമാസങ്ങൾ ഓഹരിയായിത്തീർന്നു. കിടക്കുന്നേരം, ഞാൻ അപ്പോൾ എഴുന്നേൽക്കും എന്നു പറയുന്നു. രാത്രിയോ ദീർഘിച്ചുകൊണ്ടിരിക്കുന്നു. വെളുക്കുവോളം എനിക്കുരുളുകതന്നെ പണി....

അസ്ഥാനത്ത് തലവേദന വന്നാൽ അത് മഹാബോറുതന്നെ എന്ന ജോർജുകുട്ടി പ്രസ്താവിച്ചതിന് സൂസൻ അതിമനോഹരമായി പുഞ്ചിരിച്ചു. "ഇപ്പോൾ നിന്റെ തലവേദന മാറിയോ" എന്നു ചോദിച്ച് ജോർജുകുട്ടി അവളുടെ നെറ്റിയിൽ, കുറുനിരകൾക്കു താഴെ ഒരു മുത്തമിട്ടു. അതിന് അവൾ കെറുവിച്ച് എഴുന്നേറ്റ്, "എവിടെ എന്റപ്പൻ" എന്നു ചോദിച്ചു. "അങ്ങരെ ഇപ്പോ നീ ചെന്നു കാണേണ്ടതുതന്നെയാ" എന്നുപറഞ്ഞ് ജോർജുകുട്ടി ചിരിച്ചുതുടങ്ങി: "ഹഹ. നല്ല തമാശയാവുമത്."

''അങ്ങേർക്ക് മൂക്കറ്റം കുടിക്കാൻ കൊടുത്തുകാണും, അല്ലേ?" അവളുടെ ശബ്ദം പരിഭവം കലർന്നതായിരുന്നു.

"ഓ– അത്രയൊന്നുമില്ല. ഒരു രണ്ടു തുടം– ങ്ഹാ, പിന്നെ സൂസൻ–"

"ഉം?"

"തലവേദനയുണ്ടെങ്കിലും നീ സുന്ദരിതന്നെ–"

"ഓ, വെറുതെ–"

"അല്ലെന്നേയ്. വാസ്തവമാ–ഞാൻ ഇതു പറയാൻ മാത്രമാ ഇപ്പോ ഇങ്ങോട്ടു വന്നത്. നിന്റപ്പനില്ലാത്ത നേരത്തല്ലേ നിന്നെ തനിയെ കിട്ടത്തുള്ളു? ഞാൻ പലേ പെൺപിള്ളേരേം കണ്ടിട്ടുണ്ട്. അവരെയൊന്നും എനിക്ക് ഇഷ്ടമായില്ല. നിന്നെ കണ്ടപ്പോ മുതൽ–"

"സത്യം?"

ജോർജുകുട്ടി അവളുടെ ചുമലിൽ വലതുകൈ ചേർത്തു. ചുമൽ വിറകൊള്ളുന്നുണ്ടായിരുന്നു. അവളുടെ ചുണ്ടുകളും കണ്ണിമകളും വിറകൊള്ളുന്നുണ്ടായിരുന്നു. എന്റെ പ്രിയൻ എനിക്കുള്ളവൻ; ഞാൻ അവനുള്ളവൾ. അവൻ താമരകളുടെ ഇടയിൽ ആടുമേയ്ക്കുന്നു....

അവൾ ചെന്ന് മുൻവാതിലുകളടച്ചു. ജാലകങ്ങളുമടച്ചു. തട്ടിൽ ഒരു കണ്ണാടിവാതിലുണ്ടായിരുന്നു. അതിലൂടെ സൂര്യവെളിച്ചം മുറിയിൽ കടന്നുവന്നു. ആകാശവും വ്യക്തമായിരുന്നു. അവരുടെ ശയ്യാതലത്തിൽ ആകാശത്തെ വെളിച്ചം പരന്നുകിടന്നു; ഒരു പാൽപ്പുഴപോലെ. എന്റെ പ്രിയേ, എഴുന്നേൽക്ക, എന്റെ സുന്ദരീ വരിക. ശീതകാലം കഴിഞ്ഞു; മഴയും മാറിപ്പോയല്ലോ. പുഷ്പങ്ങൾ ഭൂമിയിൽ കാണായ് വരുന്നു.... മുന്തി

രിവള്ളി പൂത്തു സുഗന്ധം വീശുന്നു.... പ്രിയേ, പ്രേമഭോഗങ്ങളിൽ നീ എത്ര സുന്ദരി, എത്ര മനോഹരി! നിന്റെ ശരീരാകൃതി പനപോലെയും നിന്റെ സ്തനങ്ങൾ മുന്തിരിക്കുലയോടും ഒക്കുന്നു. ഞാൻ പനമേൽ കയറും, അതിന്റെ മടൽ പിടിക്കും എന്നു ഞാൻ പറഞ്ഞു. നിന്റെ മൂക്കിന്റെ വാസന നാരങ്ങയുടെ വാസനപോലെ. നിന്റെ അണ്ണാക്കോ, മേത്തരമായ വീഞ്ഞ്...

സുന്ദരമായ ഒരു സ്വപ്നത്തിലെന്നപോലെ, എന്നാൽ ഒരിക്കൽക്കൂടി തന്റെ വിജയം ഉദ്ഘോഷിച്ചുകൊണ്ട് ജോർജുകുട്ടി വണ്ടിയോടിക്കയായിരുന്നു. നിരത്തിന് സമാന്തരമായി പുഴ ഒഴുകിക്കൊണ്ടിരുന്നു. ചെറുവൃക്ഷങ്ങളും കാട്ടുപൊന്തകളും നിരത്തിനിരുപുറവും. സൂസന്റെ മുലക്കണ്ണുകളുടെ മാർദ്ദവം ഇപ്പോഴും തന്റെ ചുണ്ടുകളിലുണ്ടെന്ന് ഓർത്തുകൊണ്ട് ജോർജുകുട്ടി വണ്ടിയോടിച്ചു. അത് പരമാവധി വേഗതയിലായി. എന്നാൽ പൊടുന്നനവേ, ഒരാരവം കേട്ട് അയാൾക്ക് ബോധമുണ്ടായി. അയാൾ പുഴക്കരയിലെ വലിയ വടവൃക്ഷത്തിന് ചുവട്ടിലെത്തിയിരുന്നു. അവിടെ വലിയൊരാൾക്കൂട്ടം. ആളുകൾ ആളുകളെ വകഞ്ഞുമാറ്റി കാഴ്ച കാണുവാൻ ധൃതിപൂണ്ടുകൊണ്ടിരുന്നു. അസഹനീയമായ, എന്നാൽ നിന്ദ്യവുമായ ഒരു കാഴ്ച കണ്ടമട്ടിൽ, ആളുകൾ തമ്മിൽത്തമ്മിൽ കുശുകുശുത്തുകൊണ്ടിരുന്നു. ജോർജുകുട്ടിയുടെ ജീപ്പ് അവിടെ വല്ലാത്തൊരു മുരൾച്ചയോടെ വന്നു നിന്നപ്പോൾ, ആളുകൾ ഇരുവശത്തേക്കും മാറി അയാൾക്ക് കടന്നുപോകുവാൻ വഴിയുണ്ടാക്കി. ഇരുവശവും ജനം. മുന്നിൽ, അകലെയായി കാട്ടുപൊന്ത. അതിനുമപ്പുറം മണൽപ്പരപ്പ്, തിളങ്ങുന്ന പുഴ.

നാലുചാൽ നടന്നപ്പോൾ മുന്നിൽ കാട്ടുപൊന്തയിൽ മലർന്നുകിടക്കുന്ന മനുഷ്യരൂപത്തെ അയാൾ തിരിച്ചറിഞ്ഞു. അവൻ മദ്യലഹരിയിൽ കിടക്കുകയാണെന്നേ തോന്നൂ. പക്ഷേ, എസ്തപ്പാൻ മരിച്ചു എന്ന് ജോർജുകുട്ടി അറിഞ്ഞു. അയാൾ അവനരികെ കുനിഞ്ഞിരുന്നപ്പോൾ നീലിച്ച ശരീരം കണ്ടു. അഴിഞ്ഞുലഞ്ഞ ഉടുമുണ്ടിലാകെ ചെളിയും പൊടിയുമായിരുന്നു. ഇലപ്പടർപ്പുകളാകട്ടെ കഠിനമായ ഒരു ഞെരിച്ചിലിനു വിധേയമായ മട്ടിൽ മെതിക്കപ്പെട്ടതായി കണ്ടു.

"വിഷമേറ്റിട്ടുണ്ട്." ആരോ പിറകിൽനിന്നു പറഞ്ഞു.

"പാമ്പുമായി ഒരുയുദ്ധം നടന്ന മട്ടുണ്ട്."

"ഉവ്വുവ്. അത് ഒരു ഭയങ്കര സർപ്പമായിരിക്കണം."

"പെരുമ്പാമ്പിന് വിഷമുണ്ടോ?"

"ഉണ്ട്."

"ഇല്ല."

"ചുമ്മാ പുളുവടിക്കാതെ–വിഷമില്ലാത്ത പാമ്പുകളില്ല. പാമ്പുകൾക്ക് വിഷമാണായുധം."

ആളുകളുടെ പിറുപിറുപ്പുകൾക്കിടയിലൂടെ തിരിഞ്ഞുനിന്ന അയാൾ

വണ്ടിയിൽക്കയറി. വണ്ടി മുന്നോട്ടു കുതിച്ചു., തിരിവുകഴിഞ്ഞ് അത് റബ്ബർമരങ്ങൾക്കിടയിൽ അപ്രത്യക്ഷമായി.

അയാൾ തറവാട്ടുഭവനത്തിന്റെ പടിക്കൽ എത്തുമ്പോൾ ഒരാൾ കാത്തുനിൽപ്പുണ്ടായിരുന്നു. അവന്റെ പേർ രൂത്ത് എന്നായിരുന്നു.

ഈ ഒരു നാൾവരെ ഇമ്മാതിരി ഒരസ്വാസ്ഥ്യം ജോർജുകുട്ടിയെ ബാധിച്ചിരുന്നില്ല. മരണങ്ങളും അറുംകൊലകളും അനവധി രസകരമായി കടന്നുപോയിരിക്കുന്നു. അംഗച്ഛേദങ്ങളോ അതിലുമേറെ. എന്നിട്ടൊന്നും പതറാത്ത ഹൃദയം മെഴുകുതിരിയോ മഞ്ഞോ ആകുവാൻ കാരണമെന്ത്? എസ്തപ്പാൻ വിശ്വസ്തനായ ഒരു നായ് ആയതുകൊണ്ടുമാത്രമാണോ? അങ്ങനെയെങ്കിൽ എത്രയോ വിശ്വസ്ത നായ്ക്കളെ അയാൾതന്നെ കൊന്നുകളഞ്ഞിരിക്കുന്നു? അവ്വിധമായ കൃത്യങ്ങൾക്ക് അന്തവും അറ്റവുമുണ്ടോ?

ഇല്ലെന്നിരിക്കെ, പിന്നെ അയാളെന്തിന് മനോവ്യസനത്തിൽ പതിച്ചു? ആകെ തളർന്ന മട്ടിലാണ് അയാൾ തുടർന്ന് വണ്ടിയോടിച്ചിരുന്നത്. വഴിക്ക് ഒരു സൈക്കിൾയാത്രക്കാരനേയും തലയിൽ മൺപാത്രങ്ങൾ അട്ടിനിറച്ച വള്ളിക്കൂടയുമായി നടന്നുപോകുന്ന ഒരു കിഴവനേയും അയാൾ ഇടിച്ചുതെറിപ്പിക്കുകയും, ഒരിക്കൽ ഒരു തിരിവുകടക്കുമ്പോൾ വലതുവശത്തെ കൽമതിലിൽ ജീപ്പിന്റെ മുൻവശം ഇടിച്ചുനിൽക്കുകയും ചെയ്തു. അയാൾക്കു സ്വയം നിയന്ത്രിക്കുവാൻ കഴിഞ്ഞില്ലെന്നു വേണം നിരൂപിക്കുവാൻ. പിന്നെയും മുക്കിയും മുരണ്ടും വണ്ടി ഒരുവിധം മുന്നോട്ടുപോകയും വീടെത്തുകയും ചെയ്തു. ദൂരെനിന്നുതന്നെ ഗെയ്റ്റിങ്കൽ ആരോ നിൽക്കുന്നതു കണ്ടു. ആരോ ആവട്ടെ, എനിക്കെന്നാ എന്ന മട്ടിൽ വണ്ടി അകത്തേക്കെടുത്തു. അയാളുടെ മനസ്സിൽ എസ്തപ്പാൻ, എസ്തപ്പാൻ എന്ന വാക്കുകൾ വിറച്ചുകൊണ്ടേയിരുന്നു....

കേട്ടോ, വിളിച്ചുപറക എന്ന് ഒരുത്തൻ പറയുന്നു. എന്ത് വിളിച്ചുപറയേണ്ടൂ എന്ന് ഞാൻ ചോദിച്ചു. സകല ജഡവും പുല്ലുപോലെയും അതിന്റെ ഭംഗിയെല്ലാം വയലിലെ പൂപോലെയും ആകുന്നു. യഹോവയുടെ ശ്വാസം അതിനുമേൽ ഊതുകയാൽ പുല്ലുണങ്ങുന്നു. പൂ വാടുന്നു. അതേ, ജനം പുല്ലുതന്നെ. പുല്ലുണങ്ങുന്നു. പൂ വാടുന്നു. നമ്മുടെ ദൈവത്തിന്റെ വചനമോ എന്നേക്കും നിലനിൽക്കും. എസ്തപ്പാന്റെ ശബ്ദമായിരുന്നു അത്. അത് ദൂരെയെങ്ങുനിന്നുമല്ല. തനിക്കരുകിൽനിന്നുതന്നെ. ഓരോ വേളയിലും മുമ്പ് അവനങ്ങനെ പറയാറുണ്ട് എന്ന് ജോർജുകുട്ടി ഓർത്തു.

എസ്തപ്പാന്റെ ഉറവിടം ഏത് എന്നത് ഇപ്പോഴും അജ്ഞാതം. കൊച്ചുന്നാൾ തൊട്ടേ അവനിവിടെ ഉണ്ട്. ഇടവകയിലാകെ ചുമ്മാ ചുറ്റി നടപ്പാണ്. അവന്റെ എണ്ണക്കിനിയുന്ന മുഖവും ചുരുളൻ തലമുടിയും കണ്ടാൽ അവൻ ഒരു പുരോഹിതവർഗ്ഗമാണെന്നേ തോന്നൂ. എന്നാൽ

അവൻ ഞണ്ടുകാരൻ എസ്തപ്പാനായാണ് തീർന്നത്. വിഷമുള്ളുകൾ ചേർത്തിരുക്കുന്ന ഞണ്ടിനെ തഞ്ചത്തിൽ പിടികൂടുന്ന എസ്തപ്പാന് അവ്വിധമായ ഏതു കൃത്യവും ഇഷ്ടംതന്നെ. എന്നിരിക്കിലും ഓരോ അഹിതവൃത്തിക്കുശേഷവും അയാൾ ദൈവവചനങ്ങൾ ഉരുവിട്ടു കേൾപ്പിക്കും. ദൈവത്തിന്റെ ശിക്ഷകൾ വിളിച്ചോതും. എങ്കിലോ സ്വയം പരിതപിക്കയുമില്ല. ഏറ്റവുമൊടുവിൽ എബ്രഹാമിന്റെ ഭവനത്തിന് തീവെച്ചത് അവനായിരുന്നു. തീ കത്തിയാളിയപ്പോൾ, കൈയിലെ പന്തം ചുറ്റിനും ആഞ്ഞു വീശിക്കൊണ്ട് ഒരുന്മത്തനെപ്പോലെ അവൻ പുരയ്ക്കുചുറ്റും ഓടി. അപ്പോഴൊക്കെ, ഞാൻ തീയിൽക്കൂടി നടന്നാൽ വെന്തുപോകയില്ല, അഗ്നിജ്വാല എന്നെ ദഹിപ്പിക്കയുമില്ല എന്ന് അലറിക്കൊണ്ടിരുന്നു.

സനാഥന്റെ കൊലപാതകം പ്രശ്നമാവാത്തിടത്ത് അനാഥന്റെ ദുരൂഹമായ മരണം ജോർജുകുട്ടിക്ക് മനോവ്യസനകാരണമായതിൽ അത്ഭുതപ്പെടാനെന്തുള്ളൂ?

ജീപ്പ് മുറ്റത്തുതന്നെയിട്ട്, ആടിയുലഞ്ഞ് ജോർജുകുട്ടി ഉമ്മറത്തേക്കു കയറി. അപ്പോഴും ആ ചെറുക്കൻ ഗെയ്റ്റിങ്കൽ നിൽപ്പുണ്ടായിരുന്നു. അത് പക്ഷേ, ജോർജുകുട്ടി ശ്രദ്ധിക്കയുണ്ടായിരുന്നില്ല. എല്ലാം മറന്ന് ഒന്നു നന്നായുറങ്ങാൻ അയാൾ ആഗ്രഹിച്ചിരുന്നു. ഗോവണിക്കരുകിലെത്തിയപ്പോൾ മോളി വന്നു മുഖംകാണിച്ചു. അവളുടെ മുഖത്തും ദേഹത്തും ഉറക്കച്ചടവുകൾ വ്യക്തമായിരുന്നു. “ആ കിഴവൻ പോയോ?” എന്ന് ജോർജുകുട്ടി ചോദിച്ചതിന് അവൾ അകത്തെ മുറി ചൂണ്ടി ഏറെ ലജ്ജ അഭിനയിച്ചു. അയാൾക്ക് അരിശംപടർന്നു. ഗോവണികയറാതെ അയാൾ തിടുക്കപ്പെട്ട് അകത്തേക്കു പോവുകയും ഫെർണാണ്ടസ് നഗ്നനായി ഉറങ്ങുന്നത് കാണുകയും ചെയ്തു. നോക്കുമ്പോൾ അതും ഒരു ശവമായി അയാൾക്കു തോന്നി. എസ്തപ്പാൻ, ഫെർണാണ്ടസ്, എസ്തപ്പാൻ. ഉടുതുണി നഷ്ടപ്പെട്ട് നീണ്ടുനിവർന്ന്.... ഫെർണാണ്ടസ്... പക്ഷേ, അങ്ങനെയായിരുന്നില്ല. അയാൾ ഉരുട്ടി വിളിച്ചപ്പോൾ ഫെർണാണ്ടസ് ഞരക്കം പുറപ്പെടുവിച്ചുകൊണ്ടുണർന്നു. താനെവിടെ എന്ന് അന്തംവിട്ടു മിഴിച്ചു നോക്കി. ശരീരം നോക്കിയാറെ നഗ്നൻ എന്ന് അറിഞ്ഞു. ജാളിപിരികൊണ്ടെഴുന്നേറ്റ് വസ്ത്രങ്ങൾ അന്വേഷിച്ചു. അത് കട്ടിലിന്റെ കാൽക്കൽത്തന്നെയുണ്ടായിരുന്നു. അത് തപ്പിയെടുത്ത് വാരിച്ചുറ്റി, ജോർജുകുട്ടിയോട് ഇളിച്ചുകാട്ടി, ‘‘ഓ— സമയമെന്തായി” എന്ന് അന്വേഷിച്ചതിന്, “സന്ധ്യയാവാൻ പോവുന്നു” എന്ന് അക്ഷമ മറച്ചുവയ്ക്കാതെ ജോർജുകുട്ടി അറിയിച്ചു. അതിന് ഫെർണാണ്ടസ്, “ഓ, ദൈവമേ–മോളവിടെ തനിച്ചായിരിക്കുമല്ലോ. ഞാൻ വേഗത്തിൽ പോകട്ടെ” എന്നു പറഞ്ഞു പറത്തേക്കു വന്നു. ജോർജുകുട്ടി കൂടുതൽ ഉപചാരങ്ങൾക്കൊന്നും നിന്നില്ല. എന്നാൽ ഫെർണാണ്ടസ് ഒരു ജീപ്പുസവാരി പ്രതീക്ഷിക്കുകയും, മുറ്റത്തു കിടന്ന ജീപ്പിൽ മറ്റൊന്നാലോചിക്കാതെ കയറിയിരിക്കുകയും ചെയ്തു. അത് ജോർജുകുട്ടിയുടെ അരിശം വർദ്ധിപ്പിച്ചതേയു

ള്ളു. എങ്കിലും അരിശം നിയന്ത്രിച്ച്, "അത് കേടായിക്കിടപ്പാ" എന്ന് അയാൾ തെല്ലുറക്കെ അറിയിച്ചു. വളരെ പ്രയാസപ്പെട്ട് പുറത്തിറങ്ങി ഫെർണാണ്ടസ്, "എങ്കി നടക്കുകതന്നെ" എന്നു പറഞ്ഞ് ജോർജുകുട്ടിക്ക് അഭിവാദനം കൈമാറി ഗെയ്റ്റിങ്കലേക്കു തിരിഞ്ഞു. പെട്ടെന്നു തിരിഞ്ഞ്, ദൂരെ മുന്നിലേക്കു ചൂണ്ടി ജോർജുകുട്ടിയോട് ചോദിച്ചു: "അത് ആ ലാസറിന്റെ ചെറുക്കനല്ലേ?"

രൂത്ത് സാവകാശം നടന്നുവരികയായിരുന്നു. അവന്റെ ചുരുണ്ടമുടിയിഴകൾ ഇളംകാറ്റിൽ പാറിയുലഞ്ഞുകൊണ്ടിരുന്നു. പ്രത്യേകിച്ച് തിടുക്കങ്ങളൊന്നുമില്ലാതെ, അവൻ നടന്നുവന്നുകൊണ്ടിരുന്നു. ഇളംനീല നിറത്തിലുള്ള ഒരു ഷർട്ടും അത്രയൊന്നും വെളുത്തതല്ലാത്ത മുണ്ടുമായിരുന്നു അവന്റെ വേഷം. അടുത്തുവന്നപ്പോൾ കാണായി, അവൻ കഴുത്തിൽ ഒരു ഉറുമാൽ പിണച്ചുകെട്ടിയിട്ടുമുണ്ട്.

ജോർജുകുട്ടിക്കും ഫെർണാണ്ടസിനുമരികെയെത്തി, അവൻ നിന്നു. ജോർജുകുട്ടി ഇതിനകം, തന്നെ ഇത്രനേരവും മഥിച്ചിരുന്ന അസ്വാസ്ഥ്യത്തെ മറന്ന്, ഒട്ടൊരു ജിജ്ഞാസയിൽ ചെറുക്കനെ നോക്കിനിന്നു.

ഫെർണാണ്ടസ് മിണ്ടാതെ നിൽക്കുന്ന അവനോട്, "നീ ലാസറിന്റെ ചെറുക്കനല്ല്യോ" എന്ന് തിരക്കിയതിന് അവൻ തലകുലുക്കി. അതിനു ഫെർണാണ്ടസ്, "ദേ ചെറുക്കാ, നീയിങ്ങനെ വഴീലൊന്നുമെറങ്ങി നടക്കാതെ. നിന്റെ വീട്ടുകാര് ഈ ഇടവകേല് വരുത്തിവെച്ച അനർത്ഥങ്ങള് നിനക്കുകൂടി ബാധകമാ"– എന്നു പറഞ്ഞു: "അന്നേ നിന്നേം തട്ടിക്കളയേണ്ടതാ– ഒരു ചെറിയ ചെറുക്കനല്ലേ എന്നു കരുതിയാ പിന്നെ–"

രൂത്ത് പറഞ്ഞു: "ഞാനിപ്പോ പട്ടണത്തീന്നാ വരുന്നത്. ജോർജുമുതലാളിക്കു മാത്രമായുള്ള ഒരു വിശേഷവർത്തമാനവുമായിട്ട്."

"എന്തെടാ നിന്റെ പേര്?" ജോർജുകുട്ടിക്ക് അവന്റെ പേരറിവാൻ ആഗ്രഹമുണ്ടായി.

"രൂത്ത്" എന്ന് അവൻ കേൾപ്പിച്ചു: "എന്നാൽ ഞാൻ ഒരു പെൺകിടാവുമല്ല."

"ഞാനിപ്പോ ജീപ്പിൽ വരുമ്പൊ നീയല്ലാരുന്നോ ആ വാതുക്കൽ?"

"അതെ. ഞാൻ മുതലാളിയെ കാക്കയായിരുന്നു." അനന്തരം അവൻ ഫെർണാണ്ടസിനെ നോക്കി. അവൻ എന്തു പറയുന്നു എന്നറിവാനുള്ള ആഗ്രഹത്തോടെ അയാൾ നിൽക്കയായിരുന്നു. അവൻ ജോർജുകുട്ടിയേയും നോക്കി."

"ലാസറുചേട്ടൻ അല്ലേലും ഒരു കൊള്ളരുതാത്തവനാ." രൂത്ത് തുടങ്ങി. (ദൈവമേ, ആ നാമം വാഴ്ത്തപ്പെടേണമേ, എന്നോട് പൊറുക്ക.) "ഈ അനിഷ്ടങ്ങൾക്കെല്ലാം ഉത്തരവാദി അയാളുമാത്രമാ–"

ഒരു മുതിർന്ന മനുഷ്യനെപ്പോലെ രൂത്ത് സംസാരിക്കുന്നത് അവർ അത്ഭുതത്തോടെ കേട്ടുനിന്നു. വിചാരിച്ചതുപോലെ ഇവൻ തങ്ങളുടെ

ശത്രുവായിട്ടല്ല വന്നിരിക്കുന്നത്; ശത്രുവിനെ ഇകഴ്ത്താനത്രെ.

"നിനക്കെങ്ങനെ ലാസറിന്റെ പാപമറിയാം" എന്ന് അവർ കൂട്ടായി ചോദിച്ചതിന് "ഞാൻ പിന്നെ കണ്ടതല്ല്യോ?" എന്ന് അവൻ നിസ്സാരമായി മറുപടി നൽകി. "എബ്രഹാംചേട്ടൻ വീണതിൽപ്പിന്നെ കിടപ്പായത് എല്ലാവർക്കും അറിവുള്ളതാണല്ലോ. അപ്പോ തുടങ്ങിയതാ അങ്ങേർക്കീ ദുഷ്ടവിചാരം. മറിയംചേച്ചി അവിടെ അതിനുമുന്നേ പണിക്കുപോയിരുന്നല്ലോ. എബ്രഹാംചേട്ടനെ ഒരുനാൾ മൂക്കേൽ കൈവെച്ചടച്ച് ലാസറുചേട്ടൻ കൊന്നുകളഞ്ഞതാ–"

"ഹോ–" എന്ന് അസഹനീയതയിൽ ഫെർണാണ്ടസ് പുളഞ്ഞു. ഒത്ത ഉയരവും തടിയും ഒക്കെയുണ്ടെങ്കിലും കൂറ്റൻ മീശ മുഖത്തുണ്ടെങ്കിലും അയാളുടെ ഉള്ള് ശൂന്യവും തരിശുമായിരുന്നു. ഒരു വിഡ്ഢിയുടേതിനോട് തുല്യവും. അനന്തരം രൂത്ത് പറഞ്ഞത്:

"ഞാൻ പറഞ്ഞത് സത്യമാ–നിങ്ങളൊന്നുമിതറിയത്തില്ല. ചിലപ്പോ എന്നോട് മറിയംചേച്ചിതന്നെ പറഞ്ഞതാ. മറിയംചേച്ചിക്ക് ലാസറുചേട്ടൻ മാരണംചെയ്ത് വശീകരിച്ചിരുന്നതാ. ചേച്ചി ഒരു പാവയെപ്പോലെയായിത്തീർന്നു. കണ്ണുകളോ തുറക്കുവാനുമൊത്തില്ല. സത്യമായും മനസ്സിലെ കൊതി അടക്കിവച്ചേക്കുവാരുന്നു. ഒരിക്കല് മുതലാളി സ്നേഹമായിട്ട് വന്നു വിളിച്ചപ്പം ഇറങ്ങിപ്പോരാൻ കഴിയാത്തതും ആ മാരണം കൊണ്ടാ–ഇന്ന് ഞാനെന്നാ പറയാനാ? നിങ്ങള് കാര്യങ്ങള് കാണാൻ വല്ലാതെ വൈകി. ഉവ്വ്. അങ്ങനെതന്നെ വേണം പറവാൻ. ഏതായാലും ലാസറുചേട്ടന്റെ ആയുസ്സ് പെട്ടെന്നു തീർന്നതു നന്നായി. അതേറ്റവും നന്ന്.

ഇപ്പോ ചേച്ചി രക്ഷപ്പെട്ടു. ഇന്നലെ ഞാൻ അവരെക്കണ്ടിരുന്നു. അവർക്കിപ്പോഴും നിങ്ങളെയൊക്കെയാ പേടി. സത്യത്തിൽ അവര് അറിഞ്ഞോണ്ടു ചെയ്ത പാപമല്ല– ഏതു പാപത്തിനും കുമ്പസാരമുണ്ട് എന്നല്ലോ പ്രമാണം–സത്യവുമതുതന്നെ ആയ സ്ഥിതിക്ക് നിങ്ങള് പ്രമാണിമാര് ഇതറിവേണം. ചേച്ചിയെ ശല്യംചെയ്യരുത് എന്ന് പറവാൻ പറഞ്ഞയച്ചു. ആ വിശേഷവർത്തമാനവുമായിട്ടാണ് ഞാൻ വരുന്നത്–മുതലാളി കേൾക്കുന്നുണ്ടല്ലോ– സത്യത്തില് ഈ ഇടവകേത്തന്നെ തിരിയെ വന്ന് പാർക്കണമെന്ന് ചേച്ചീടെ ആഗ്രഹം. മുതലാളിയുടെ കുശിനിയിലോ മലയിലോ വല്ല ജോലീം കൊടുക്കണമെന്ന് ഒരഭ്യർത്ഥനയും തന്നയച്ചിട്ടുണ്ട്–"

ഇവ്വിധമായ വാക്കുകൾ കേട്ടാറെ ജോർജ്ജുകുട്ടിയുടെ മനസ്സിൽ മഴ പൊടിഞ്ഞു. മഴ നേർത്തു നേർത്ത് പെയ്തുകൊണ്ടേയിരുന്നു. കണ്ണുകളിൽ അനിയന്ത്രിതമായ നിറങ്ങൾ കടന്നുപോയി. അയാൾക്ക് ചെറ്റിട അയാളെത്തന്നെ അപരിചിതമായി.

"മുതലാളിയുടെ തീരുമാനം ഇന്നുതന്നെ അറിയിക്കണമെന്നുണ്ട് എനിക്ക്." രൂത്ത് പ്രതീക്ഷയോടെ സംസാരിച്ചു.

"ഓ- നീ പറയുന്നതിലും തെല്ല് വാസ്തവമില്ലാതില്ല-" ജോർജു കുട്ടി സ്വന്തം വിരലുകളെ നോക്കി പറഞ്ഞു. "ആ ലാസറിന്റെ കെണിയി ലവള് പെട്ടുപോയതാണ് എനിക്കന്നേ തോന്നിയിരുന്നു."

ഫെർണാണ്ടസ്, താൻ എന്തെങ്കിലും ഇത്തരുണത്തിൽ പറയുന്നത് ഉചിതമാവുമെന്നോർത്ത്, "അതു ശരിയാ" എന്നു പറഞ്ഞു.

നിന്റെ ചേച്ചിയോട് നാളെ ഇങ്ങോട്ടു വരുവാൻ പറ. തൽക്കാലം ഇവിടെ വീട്ടുജോലിക്കൊരാളുണ്ട്. വേണമെങ്കിൽ അവളെ ഞാൻ പറ ഞ്ഞുവിട്ടേക്കാം. ഈയിടെയായി പുതിയൊരാളെ വയ്ക്കാൻ ഞാനാലോ ചിക്കയുമായിരുന്നു എന്ന് ജോർജുകുട്ടി അറിയിച്ചു. രൂത്ത് സന്തോഷചി ത്തനായി, 'ഇതറിയുമ്പോൾ മറിയംചേച്ചി വളരെ ഉല്ലാസവതിയാവും" എന്നു പറഞ്ഞു. "എന്നാ ഞാൻ പെട്ടെന്നുതന്നെ പോവുകയാണ്" എന്നും പറഞ്ഞു.

"വല്ലതും തിന്നേച്ച് പോയ്ക്കോ" എന്ന് ജോർജുകുട്ടി ക്ഷണിച്ചെ ങ്കിലും അവൻ തനിക്കൽപ്പം തിടുക്കമുണ്ട് എന്ന് അറിയിച്ചു നടന്നു തുട ങ്ങി. പിന്നെ മറഞ്ഞു.

"നിങ്ങൾ വല്യാൾക്കാരുടെ ഓരോരോ ഭാഗ്യങ്ങള്" എന്ന് ഫെർണാ ണ്ടസ് അഭിനന്ദിച്ചതിന്, ആ അഭിനന്ദനം താൻ തീർത്തും അർഹി ക്കുന്നുവെന്ന മട്ടിൽ നീട്ടി പുഞ്ചിരിച്ച ശേഷം, "ഞാൻ പണ്ടേ ആഗ്രഹി ച്ചതാ. എന്റെ ആഗ്രഹങ്ങളൊന്നും നടക്കാതെ പോയിട്ടില്ല" എന്ന് പറ ഞ്ഞു: "അപ്പോ താനിറങ്ങുകല്ലേ?"

"ഓ-ഞാനങ്ങ് നിന്നുപോയി- മോള് ഇരുട്ടുകണ്ടു പേടിച്ചിരിപ്പാവും" എന്ന് ഫെർണാണ്ടസ് പറഞ്ഞതിന് " ഓ- അവൾ തീരെ കൊച്ചൊന്നുമ ല്ലല്ലോ" എന്ന് ചിരിച്ചുകൊണ്ട് ജോർജുകുട്ടി യാത്രയാക്കി. വാസ്തവ ത്തിൽ അയാൾ ആഹ്ലാദങ്ങളുടെ മഴയ്ക്കു കീഴെയായിരുന്നു. മഴ അയാളി ലേക്ക് വർഷിച്ചുകൊണ്ടേയിരുന്നു.

കമ്പിപ്പാലത്തിന്റെ അതിരുകളിൽ പിടിച്ചുകൊണ്ട് ഏറെനേരം നിന്നു രൂത്ത്. അവൻ താഴെ പുഴയുടെ ഇരമ്പത്തിനു കാതോർത്തു. വെള്ളം ശുദ്ധവും സ്ഫടികസമാനവുമായിരുന്നു. അതിലൂടെ ഒരാമ തുഴഞ്ഞു പോയി. ഒരുകൂട്ടം കരിമീനുകൾ പ്രേമസല്ലാപത്തിൽ കടന്നുപോയി. പിന്നെ ഒരു കരിയിലയും ഒറ്റപ്പെട്ട ഒരു വലിയ മത്സ്യവും കടന്നുപോയി. പാലത്തിന്റെ ഏതോ കോണിൽ പതുങ്ങിയിരിക്കയായിരുന്ന പൊന്മ മിന്നാ യംപോലെ പറന്നിറങ്ങി ആ മത്സ്യത്തെ കൊത്തിയെടുത്ത് പറന്നുയർന്നു. എന്നാൽ അത്ഭുതമെന്നേ പറയേണ്ടൂ. ആ മത്സ്യം ഒരു കുതറലിൽ സ്വത ന്ത്രമായി, താഴേക്ക്, താഴേക്ക് പുഴയിലേക്കുതന്നെ പിടഞ്ഞുവീണു. നീന്തി യെങ്ങോ മറഞ്ഞു. പൊന്മയും വേറെ ദിശനോക്കി പറന്നുപോയി. അതിന് നാണവും അരിശവും വന്നുകാണണം...

രൂത്ത് നോക്കുമ്പോൾ, കമ്പിപ്പാലത്തിന്നങ്ങേ തലയ്ക്കൽ ഒരു വിലാ പസംഘം കടന്നുവരുന്നു. ഒരു ശവഘോഷയാത്ര മുന്നിൽ സ്തോത്രങ്ങ

ളാലപിച്ചുകൊണ്ട്. വെള്ളയുടുപ്പിട്ട അസംഖ്യം ആളുകൾ. ഒട്ടൊരു ഭയപ്പാടോടെ അവൻ ഒരരുകിലേക്ക് മാറി, സംഘം കടന്നുപോകുന്നത് കണ്ടുനിന്നു. മുന്നറ്റത്ത് ഫാദർ ഗബ്രിയേലായിരുന്നു. അയാളുടെ ചുണ്ടുകളിൽ നന്മയുടെയും ശാന്തിയുടെയും സങ്കീർത്തനങ്ങൾ നിറഞ്ഞുനിന്നിരുന്നു. ഇതേത് പുണ്യവാനാണ് മരണമടഞ്ഞത് എന്ന് ഓർത്ത് അവൻ പാലത്തിൽത്തന്നെ നിന്നു. സംഘത്തിനു പിറകേ അവനും ചേർന്നു. സെമിത്തേരിയിൽ അലങ്കരിക്കപ്പെട്ട പ്രത്യേക ഭൂവിടത്തിൽ ശവപ്പെട്ടി വച്ചു. മൂടി തുറന്നപ്പോൾ ആൾക്കൂട്ടത്തിനിടയിലൂടെ തല തിരുകി അവൻ കണ്ടു. എസ്തപ്പാൻ ഉറങ്ങുന്നു....

ആളുകൾ ഒരു വിതുമ്പലോടെയും ആയുസ്സിനെച്ചൊല്ലിയുള്ള വിലാപങ്ങളോടെയും ആ പുണ്യവാന്റെ സങ്കേതത്തിലേക്ക് ഓരോ പിടി ഭൂമി വാരിയിട്ടു!

എനിക്കിവിടെ ആരെക്കാണുവാൻ എന്നു ചിന്തിച്ച് രൂത്ത് പള്ളിപ്പറമ്പിൽ നിന്നിറങ്ങുകയായിരുന്നു. അപ്പോൾ കോൺവെന്റിന്റെ മതിലിനരുകിൽ നിന്ന് ഒരാൾ അവനെ കൈകാണിച്ചു വിളിച്ചു. അത് സിസ്റ്റർ ആഗ്നസ് ആണെന്ന് അവൻ തിരിച്ചറിഞ്ഞു. മറിയത്തിനോടൊത്ത് പലതവണ അവൻ സിസ്റ്റർ ആഗ്നസുമായി സന്ധിച്ചിരുന്നു.

"നീയെന്താ രൂത്ത്, ഇപ്പോ ഈ വഴിയൊന്നും കാണാറേയില്ലല്ലോ?"

"ഓ, ഞാനിവിടെയൊക്കെത്തന്നെയുണ്ട്."

പിന്നെ, സിസ്റ്റർ, മറിയത്തിനു സംഭവിച്ച ദുരന്തത്തെക്കുറിച്ചും അവൾക്കുമേൽ ആഞ്ഞുവീശിയ പാപത്തിന്റെ പെരുമഴയെക്കുറിച്ചും മറ്റും സൂചിപ്പിച്ചു. "അവൾക്കൊരിക്കലും ഈ ഗതി വരരുതായിരുന്നു.-"

രൂത്ത് എല്ലാം കേട്ടുനിന്നു. അനന്തരം അവൻ അറിയിച്ചു. "മറിയം ഇടവകയിലേക്കുതന്നെ മടങ്ങിവരുവാൻ പോകുന്നു."

"എന്ത്?" എന്ന് സിസ്റ്റർ ആഗ്നസ് അതിശയിച്ചു.

"ഉവ്വ്, അതുതന്നെ. ചേച്ചി മടങ്ങിവരുന്നു..."

"നീ സത്യം പറയുകയാണോ രൂത്ത്?"

"അതെ, ഒരു കുമ്പസാരത്തിനു പരിഹരിക്കാനാവാത്ത പാപമുണ്ടോ?" എന്ന് അവൻ ചോദിച്ചതിന് "അതിന് അവൾ നാളെ പള്ളിയിൽ വരുന്നുവോ" എന്ന് അവൾ ആരാഞ്ഞു.

"ഇല്ലാ." അവൻ പറഞ്ഞു. "കുമ്പസാരം മറ്റൊരിടത്താണ്. അത് പ്രതീക്ഷിക്കുന്നവരുടെയടുത്ത്-"

"എനിക്കൊന്നും മനസ്സിലാവുന്നില്ല" എന്ന് സിസ്റ്റർ ആഗ്നസ് അറിയിച്ചു; ഭയപ്പാടോടെ.

"എല്ലാം മനസ്സിലാവും" എന്ന് രൂത്ത്: "പുതിയ അച്ചൻ എങ്ങനെയുണ്ട്?"

അവൻ പെട്ടെന്നങ്ങനെ ചോദിച്ചതിന് മറ്റു വല്ല കാരണവുമുണ്ടോ എന്നു ഭയന്ന്, സിസ്റ്റർ ആഗ്നസ് വല്ലാതെ വിളറി: "എന്താ അതെന്താ

രൂത്ത്, അങ്ങനെ ചോദിച്ചത്?"

"ചുമ്മാ, അറിയാൻവേണ്ടി, ഞാനിന്ന് കണ്ടതേയുള്ളൂ" തനിക്കൊന്നും പറയാനില്ലെന്ന മട്ടിൽ സിസ്റ്റർ ആഗ്നസ് നിലകൊണ്ടു. മുഖം, പ്രസന്നഭാവത്തിലെത്തിക്കാൻ ശ്രമിച്ചിട്ടും അത് നടപ്പായില്ല.

"എന്നാ ഞാൻ പോകുന്നു"– രൂത്ത് യാത്രയായി. പുഴയ്ക്കു മേലൂടെ അവൻ നടന്നു.

അന്നു ഞാൻ എന്റെ കാലുകളെ വെണ്ണകൊണ്ടു കഴുകി, പാറ എനിക്കു തൈലനദികളെ ഒഴുക്കിത്തന്നു. ഞാൻ പുറപ്പെട്ട് പട്ടണത്തിലേക്കു പടിവാതിൽക്കൽ ചെന്നു.... നശിക്കുമാറായവന്റെ അനുഗ്രഹം എന്റെമേൽ വന്നു. വിധവയുടെ ഹൃദയത്തെ ഞാൻ സന്തോഷംകൊണ്ട് ആർക്കുമാറാക്കി. ഞാൻ നീതിയെ ധരിച്ചു. അത് എന്റെ ഉടുപ്പായിരുന്നു. എന്റെ ന്യായം ഉത്തരീയവും തലപ്പാവുംപോലെയായിരുന്നു. ഞാൻ കുരുടനു കണ്ണും മുടന്തനു കാലും ആയിരുന്നു. ദരിദ്രന്മാർക്കു ഞാൻ അപ്പനായിരുന്നു.... ഹോൽപക്ഷിയെപ്പോലെ താൻ ദീർഘായുസ്സോടെ ഇരിക്കും. എന്റെ പേർ വെള്ളത്തോളം പടർന്നുചെല്ലുന്നു. എന്റെ കൊമ്പിന്മേൽ മഞ്ഞുരാപാർക്കുന്നു. എന്റെ മഹത്വം എന്നിൽ പച്ചയായിരിക്കുന്നു.

ഭൂമി മുഴുവനും ഒരു വിലാപത്തിൽ പെട്ടുപോയിരിക്കുന്നു എന്ന് സിസ്റ്റർ ആഗ്നസിനു തോന്നി. രൂത്തിനെ കണ്ടുകഴിഞ്ഞതിൽപ്പിന്നെ ഹൃദയം ചിറകടിച്ചുകൊണ്ടേയിരുന്നു. ശരീരത്തിനാകെ ഒരു തളർച്ച. പുഴയിലേക്കു നോക്കിനിന്നപ്പോൾ പുഴ തന്റെനേരെ ഒഴുകി വരുന്നതായി കണ്ടു. അതിനു വല്ലാത്തൊരു ആരവമുണ്ടായിരുന്നു. കണ്ണുചിമ്മിത്തുറന്ന്, പിന്നെ മുന്നിൽ നോക്കാതെ പിന്തിരിഞ്ഞു. ആരവം കെട്ടടങ്ങിയിരുന്നു. എങ്കിലും ഭൂമി വിലപിക്കതന്നെ. എങ്ങും ഇരുൾ പരന്നുതുടങ്ങി. ആകാശത്ത് ഒരൊറ്റ നക്ഷത്രംപോലും കാണായില്ല. അവ എങ്ങോ പോയൊളിച്ചിരിക്കുന്നു.

പകൽ മുഴുവൻ സ്കൂളിലെ വല്ലാത്ത ജോലിത്തിരക്കിൽ പെട്ടുപോയി, മദർ ജെറിഫെല്ല. ഓരോ ജോലി കഴിയുമ്പോഴും അതിനിരട്ടി ജോലികൾ ഏൽപ്പിച്ചുകൊണ്ടിരുന്നു. ലംപ്സം ഗ്രാന്റ്, ഹാജർപട്ടിക, സ്ക്വാഡുകൾ, ചാർട്ടുകൾ.... പകൽ താൻ മാത്രമേ ഉണ്ടായിരുന്നുള്ളൂ. ഒക്ടോവിയ ജലദോഷവും ചുമയും ബാധിച്ചിരിക്കയാൽ കാലത്തു വന്നയുടൻ തിരിച്ചുപോയി.

രൂത്ത്, അവന്റെ മുഖം പ്രവാചകന്റേതിനോടു സമം. മറിയംവഴിക്കാണ് അവൻ പരിചിതനായത്. ഒരു സന്ധ്യയ്ക്ക് മറിയം പാലത്തിൽ വന്നു. എബ്രഹാം ദീനക്കിടക്കയിലായതിൽപ്പിന്നെ ഇടയ്ക്കിടെ അതൊരു പതിവായിരുന്നു.

എബ്രഹാം തന്റെ ആത്മാവിൽ പാതി അർപ്പിച്ച കമ്പിപ്പാലം. ഇടവകയിൽ എന്നും സ്മരിക്കപ്പെടുന്ന വസ്തു. കമ്പിപ്പാലത്തിൽ നിന്നു

കൊണ്ട് അവൾ സന്ധ്യ ചായമിട്ട പുഴയെ നോക്കിനിൽക്കും. ഏറെനേരം കരയുകയും ചെയ്യുന്നുണ്ടാവണം. അന്നൊരിക്കൽ ആ വേളയിലാണ് താൻ അഭിമുഖമായി ചെന്നത്.

"മറിയം, പോകാറായില്ലേ?"

"പോകയാണ് സിസ്റ്റർ, സമയം പോയതറിഞ്ഞില്ല."

"എബ്രഹാമിനെങ്ങനെയുണ്ട്?"

അതിന് മറിയത്തിന് ഒരു കരച്ചിൽ മാത്രമായിരുന്നു മറുപടി. നല്ലവന് ദൈവം തുണയായിരിക്കുമെന്നും അവന്റെ വലതുകൈ ദൈവം ഗ്രഹിക്കുമെന്നുമൊക്കെയുള്ള സാന്ത്വനങ്ങൾ അവൾക്ക് സമാധാനം കൊടുത്തില്ല.

"വ്യസനങ്ങളൊരിക്കലും തീരുകയില്ല സിസ്റ്റർ" എന്ന് മറിയം പറഞ്ഞു. "ഭൂമിയിൽ വിലാപകാലം ആരംഭിച്ചിരിക്കുന്നു–"

ചുമ്മാ അങ്ങനെ നിന്നു. എന്തു പറയാനാണ്? അപ്പോൾ മറിയത്തിന്റെ ചോദ്യം കേട്ടു:

"സത്യം പറയണം, സിസ്റ്ററിനും വ്യസനങ്ങളില്ലേ?"

ആകെ തളർന്നുപോയി. മറിയം തന്റെ മനസ്സിൽ കൊളുത്തിവലിച്ചിരിക്കുന്നു. ഒരു ക്രിസ്മസ് മരത്തിൽ നിറയെ വർണ്ണബലൂണുകളും ആശംസാസന്ദേശങ്ങളും. അതിനരികെ പുൽക്കുടിലിലേക്ക് അത്ഭുതാദരങ്ങളോടെ മിഴിച്ചുനോക്കിനിൽക്കുന്ന ആറുവയസ്സുള്ള പാവാടക്കാരി. രാത്രിയേറെ വളർന്നിട്ടും മണ്ണെണ്ണവിളക്കിന്റെ നാളത്തിൽ, വരികളിലൂടെ പാഞ്ഞുനടന്ന പതിനാലുവയസ്സുള്ള പെൺകുട്ടി. അവൾ അന്നു രാത്രിയിൽ മാത്രം അൽപ്പം കഞ്ഞിയും കപ്പയും കഴിച്ചതായിരുന്നു. അവൾക്കു തൊട്ടു താഴെയുള്ള പെൺകുട്ടി, ചുണ്ടുകൾക്കിടയിൽ വിചിത്രരീതിയിൽ പല്ലുകൾ കൊണ്ടുവന്ന് മുഖമാകെ തുപ്പൽകൊണ്ടു നിറച്ച്, ചിരിച്ചുകൊണ്ടിരുന്നു. മണ്ണിൽ പുരണ്ടുനടന്ന വസ്ത്രങ്ങൾ. പരീക്ഷ മിടിക്കുന്ന ഹൃദയം. ഫസ്റ്റ് ക്ലാസിലും കൂടിയ മാർക്ക്, കൊച്ചുപെങ്ങളുടെ ദീനം, അവൾക്കായുള്ള പ്രാർത്ഥനകൾ...

മറിയം ചുമലിൽ കൈവച്ചു. കവിളിൽ വിരലുകൾ പതിഞ്ഞപ്പോഴാണ്, ഞാൻ കണ്ണീർ തൂവിയെന്നും മറിയം അത് തുടച്ചെടുത്തുവെന്നുമറിഞ്ഞത്.

"സാരമില്ല സിസ്റ്റർ, ഞാനൊരു സമ്മാനം കൊടുത്തയയ്ക്കും. ഈ വ്യസനങ്ങൾ തുടച്ചകറ്റാൻ ഒരു സമ്മാനം."

"അതെന്താണ്? ഒന്നുംവേണ്ട മറിയം. ഞാൻ ഞാനിവിടെ ഒതുങ്ങിക്കഴിഞ്ഞുകൊള്ളാം."

"നാളെ കാലത്തുതന്നെ എന്റെ രൂത്ത് നിനക്കായതു കൊണ്ടുവന്നു തരും."

"മറിയത്തിന്റെ അനിയത്തി ഇവിടെയുണ്ടോ? ഓ എനിക്കു കാണുകയും ചെയ്യാമല്ലോ."

മറിയം നടന്നുതുടങ്ങിയിരുന്നു. അന്നു രാത്രി മഴ പെയ്തു. പുഴ വെള്ളം കലങ്ങി. പാലത്തിൽ വഴുക്കലുകളുണ്ടായി. പിറ്റേന്നു കാലത്ത് ഒരാൾ സന്ദർശകനായി വന്നു. പതിനഞ്ചോ പതിനാറോ വയസുള്ള ഒരു ആൺകുട്ടിയായിരുന്നു അത്. അവന്റെ വിളറിയ മുഖത്താകെ എണ്ണപര ന്നുകിടന്നിരുന്നു. കണ്ണുകളിലും സനേഹം കിനിയുന്നു.

"നീ എവിടുന്നു വരുന്നു?" എന്ന ചോദിച്ചതിന് "മറിയച്ചേച്ചിയുടെ വീട്ടിൽനിന്ന്" എന്ന് അവൻ മറുപടി പറഞ്ഞു.

"അതെന്താ, രൂത്തിന് സുഖമില്ലേ?"

"ഞാൻതന്നെയാണ് രൂത്ത്."

വിശ്വാസംവരാത്ത മട്ടിൽ മിഴിച്ചുനിൽക്കുമ്പോൾ, അവൻ കൈയിലെ കടലാസുപൊതി നേരെ നീട്ടി. അതവിടെവച്ചുതന്നെ, ഒട്ടൊരു വെപ്രാള ത്തിൽ തുറന്നു. വെളുത്ത മിനുസമാർന്ന ഒരുതുണ്ടു തുണിയിൽ നനഞ്ഞ രണ്ടു കൃഷ്ണമണികൾ തുന്നിച്ചേർത്തിരിക്കുന്നു. മറിയത്തിന്റെ സമ്മാ നം. വ്യസനകാലത്ത് അതൊപ്പിയെടുക്കുവാനുള്ള സമ്മാനം.

മറിയം അത്ഭുതങ്ങൾ ഉള്ള ഒരുവൾതന്നെ. അവളുടെ രൂത്തും അങ്ങ നെതന്നെ.

വാതിലിനു മറഞ്ഞുനിന്നു കേട്ടു. അമ്മച്ചി അപ്പനോടു പുറയുന്നു. ആഗ്നസിന് ഒന്നാം ക്ലാസുണ്ട്. ഇനിയും പഠിക്കണമെന്നാ അവൾക്ക്.

അതിന് അപ്പൻ "നീ എല്ലാം മറന്നുവോ" എന്ന് അമ്മച്ചിയോടു ചോദി ച്ചു. അമ്മച്ചി എന്തോ ഒരോർമ്മയിൽ നടുങ്ങുകയും ശബ്ദം നഷ്ടപ്പെട്ട് അകത്തെ പുകയിലേക്കുതന്നെ പോവുകയും ചെയ്തു. ഏറെനേരം അരി കെയിരുന്ന് ശ്രമിച്ചിട്ടും അമ്മച്ചി ഒന്നും വ്യക്തമാക്കിയില്ല. കരയുകമാത്രം ചെയ്തു.

അടുപ്പ് പുകയുതിർത്തുകൊണ്ടിരുന്നു. ഭവനമാകെ പുകപിടിച്ചപോ ലെ. ആകാശത്തേക്കും പുകയുതിരുന്നുണ്ടായിരുന്നു. അപ്പോൾ അപ്പൻ പറഞ്ഞു: "നിന്റെ പെങ്ങടെ ദീനം മാറാൻ നിന്നെ മഠത്തിലേക്കയയ്ക്കാ മെന്ന് ഞങ്ങൾ പ്രാർത്ഥിച്ചിരിക്കയാ."

എവിടേക്കോ പാഞ്ഞുപോകുന്ന ഒരു വണ്ടി. ചുറ്റിലും തങ്ങളുടെ ആഹ്ലാദങ്ങൾ ഉദ്ഘോഷിച്ചുകൊണ്ട് അലറിച്ചിരിക്കുകയും ഉറക്കെയു റക്കെ വർത്തമാനം പറയുകയും ചെയ്യുന്ന ആളുകൾ. മഠങ്ങളിൽനിന്നും മഠങ്ങളിലേക്കുള്ള ഏതോ ഒരു യാത്ര. അരികെ മദർ ഇരുന്ന് ഉറക്കം തുടങ്ങിയിരുന്നു. ഒന്നും ചെയ്യാനില്ല. ഉറക്കം വരുന്നുമില്ല. കൈയിൽ കരു തിയിരുന്ന 'വിശുദ്ധ ജീവിതത്തിന്റെ ഇതിഹാസ'വും കത്തോലിക്കാവി ഭാഗത്തിന്റെ പ്രസക്തിയും തീർന്നുകഴിഞ്ഞിരുന്നു. വണ്ടിയിലെ ഒച്ച യിൽനിന്നും ബഹളത്തിൽനിന്നും മനസ്സ് പുറത്തേക്കു തിരിക്കാൻ ശ്രമി ച്ചു. പുറത്ത് രാത്രിയിൽ പാഞ്ഞുപോകുന്ന വെളിച്ചത്തുണ്ടുകൾ. ദീപാ ലങ്കാരംചെയ്ത ഊക്കൻ കമാനങ്ങൾ, കെട്ടിടങ്ങൾ.

"സിസ്റ്റർ ഉറങ്ങുകയാണോ?" ചോദ്യംകേട്ട് മുഖം തിരിച്ചപ്പോൾ, മുന്നിൽ ഇരിക്കുന്ന ആൾ തുടരുന്നു: "ഞാൻ കരുതി, ഉറങ്ങുകയാണെന്ന്." പിന്നെ അയാൾ മദറിനെ നോക്കി തന്റെ നിലപാടു വ്യക്തമാക്കി. മദറിന്റെ തല ഒരു പ്രത്യേക താളക്രമത്തിൽ വട്ടംചുറ്റുകയായിരുന്നു. ഒപ്പം അവരുടെ മൂക്കിനുമുകളിലെ വട്ടക്കണ്ണടയും. ചിരിവന്നു.

"സിസ്റ്റർ എങ്ങോട്ടു പോകുന്നു?"

ഒന്നും മറുപടി പറയാതെയിരുന്നു. ചോദ്യം കേട്ടില്ലെന്ന ഭാവത്തിൽ.

"ഇതാ, വെറുതെയിരിക്കുമ്പോ ഉറക്കംവരും. ഇത് വായിച്ചോളൂ."

അത് ഒരു സിനിമാ പ്രസിദ്ധീകരണമായിരുന്നു. പെട്ടെന്ന് തിരികെ കൊടുക്കാൻ തോന്നിയെങ്കിലും അങ്ങനെ ചെയ്തില്ല. പേജുകൾ മറിച്ചുകൊണ്ടിരുന്നു. വർണ്ണച്ചിത്രങ്ങളും വിശേഷവാർത്തകളുമൊക്കെ കടന്നുപോയി. 'ജീവിതത്തിന്റെ പെരുവഴിയിൽ മലച്ചുനിന്നുപോയ ഒരു പാവം പെൺകിടാവിന്റെ കഥ' എന്ന് വലിയ അക്ഷരങ്ങളിൽ പ്രഖ്യാപിച്ചുകൊണ്ടുള്ള ഒരു സിനിമാപരസ്യം അവസാന താളിൽ കണ്ടു. ഒരു കരയുന്ന പെൺകിടാവിന്റെ പടവും. വെറുതെ ആ കൃഷ്ണമണികൾ നോക്കിയിരുന്നു. അപ്പോൾ കേട്ടു: "അത് റിലീസായില്ല. എന്റെ ഒരു ഫ്രണ്ടാ അതിന്റെ ഡയറക്ടർ. സാധനം ഹിറ്റാവുമെന്നുറപ്പാ."

മാസിക തിരികെക്കൊടുത്ത് അയാളോട് നന്ദിപറഞ്ഞു. അപ്പോൾ അയാൾ വീണ്ടും ചോദിച്ചു: "എവിടേക്ക് പോകുന്നു?"

സ്ഥലപ്പേരു പറഞ്ഞപ്പോൾ അയാൾ "ഇവിടെ കോൺവെന്റിലേക്കാണോ?" എന്ന് ചോദിച്ചതിന് അനുകൂലഭാവത്തിൽ തലകുലുക്കുക മാത്രം ചെയ്തു. പിന്നെ വീണ്ടും പുറത്തെ ഓടിമറയുന്ന വെളിച്ചത്തുണ്ടുകളിലേക്കുതന്നെ മനസു കൊണ്ടുപോയി. ഇടയ്ക്ക് വെറുതെ നോക്കിയപ്പോൾ, അയാൾ കണ്ണുകൾ പിൻവലിച്ചിട്ടില്ലെന്നറിഞ്ഞു. അയാൾ പേരു ചോദിച്ചു. പേരു പറഞ്ഞു.

എപ്പോഴോ കമ്പാർട്ടുമെന്റിലെ എല്ലാ ശബ്ദങ്ങളും നിലച്ചുപോയിരുന്നു. റിസർവേഷൻ കിട്ടാഞ്ഞതിലുള്ള പരിദേവനങ്ങളോടെയും ലഗേജ്കാരിയറിൽപ്പോലും ആളുകൾ കയറിപ്പറ്റിയതിലുള്ള അരിശത്തോടെയും കിട്ടിയയിടത്ത് ആളുകൾ ചുരുണ്ടുകൂടി ഉറങ്ങിത്തുടങ്ങി. ഉറക്കം വരുമോ എന്ന് കണ്ണടച്ച് ശ്രമിച്ചുനോക്കി. നാളെ പുലർച്ചെ ചെന്നെത്തുന്ന കോൺവെന്റിലെ മദറിന് നിറമെന്താവും ഭാവമെന്താവും എന്നു വെറുതെ സങ്കൽപ്പിച്ചുനോക്കി. ഉറക്കം വരുന്നതേയില്ല. അപ്പോൾ പതിയെ ചോദ്യം കേട്ടു: "നിങ്ങൾ എന്തിനാണ് സിസ്റ്റർ ഈ തട്ടമണിഞ്ഞത്?"

അരുതാത്തതെന്തോ കേട്ടതുപോലെ, പെട്ടെന്ന് കുനിഞ്ഞിരുന്നു. ചെവികളടച്ചുവെങ്കിലും അയാൾ തുടർന്നു പറയുന്നത് നേർത്ത പ്രകമ്പനത്തോടെ ചെവികളിലെത്തുന്നു: "ഞാൻ കാര്യമായിട്ടു ചോദിക്കുകാ– നിങ്ങൾക്ക് നഷ്ടപ്പെടുന്നതെന്താണെന്ന് നിങ്ങൾക്ക് ബോദ്ധ്യമുണ്ടോ?" ആ രാത്രി പിന്നെ വണ്ടിയുടെ കിറുകുന്ന താളം മാത്രമായിരുന്നു ചെവി

കളിൽ.

ആഴ്ചയിലൊടുവിൽ ഒരു കത്തു വന്നു. വീട്ടിൽനിന്ന് ഒരു വിവരവുമില്ല. അതാവുമെന്നു കരുതി തുറന്നപ്പോൾ, അയാൾ എഴുതിയിരിക്കുന്നു. എന്റെ പേര് അന്ന് സിസ്റ്റർ ചോദിച്ചില്ല. കൂടുതലൊന്നും പറയാനും എനിക്കു സാധിച്ചില്ല. എന്റെ പേര് രാജൻ മാത്യു–രാജു എന്നു കൂട്ടുകാർ വിളിക്കുന്നു. വീട്ടിനടുത്തുള്ള പള്ളിക്കൂടത്തിലാണ് ജോലി. എനിക്ക് സിസ്റ്ററെ ഏറെ ഇഷ്ടമായെന്നു തുറന്നു പറഞ്ഞോട്ടെ. അതു വലിയ തെറ്റൊന്നുമല്ലതാനും. സിസ്റ്ററിനു സമ്മതമാണെങ്കിൽ വീട്ടുകാരെ അറിയിച്ച്, ആചാരപ്രകാരം ഞാൻ...

കൂടുതൽ വായിക്കാനൊത്തില്ല. കത്തുംപിടിച്ച് ഏറെനേരം സ്തംഭിച്ചുനിന്നു. അവസാനവരികളിൽ രാജു ഓർമ്മിപ്പിക്കുന്നു. ഒഴുകുന്ന പുഴയെയും പറക്കുന്ന പറവയെയും ഇളകുന്ന സസ്യങ്ങളെയും സിസ്റ്റർ സ്വപ്നം കാണാറില്ലേ? നഷ്ടപ്പെടുന്ന ലോകത്തെക്കുറിച്ച് ചിന്തിക്കാൻ ഇനിയും സമയമുണ്ട്.

അതുതന്നെ സ്തേവയച്ചനും പറഞ്ഞു. ജീവിതത്തിന്റെ വർണ്ണങ്ങൾ വിലയേറിയതാണ്. രണ്ടുവട്ടം ഓർക്കാതെ ആരും ഈ വഴിയിലേക്കു കടന്നുവരരുത്–

പുറത്ത്, അയാൾ കാത്തിരിപ്പുണ്ടായിരുന്നു. മറുപടികൾ കിട്ടാഞ്ഞ് അയാൾ സ്വയം വന്നെത്തുകയായിരുന്നു. "അറിഞ്ഞേടത്തോളം മാന്യൻ. പുരോഗമന കുടുംബം. നല്ല ജോലിയും സ്വഭാവവുമുള്ള ചെറുപ്പക്കാരൻ." സ്തേവയച്ചന് അതുപറയുമ്പോൾ ഒരു പിതാവിന്റെ കാരുണ്യമത്രയും പ്രകടമായിരുന്നു.

''വേണ്ട ഫാദർ, ഈയുടുപ്പ് എന്റെമേൽ വന്നുവീണതാ–ഫാദറിനറ്യാലോ–ഇത് ഊരിയെറിയുന്നത് കർത്താവിനോടുള്ള നീതികേടായി ഭവിക്കും–വയ്യ."

നല്ലവളായ മറിയത്തെച്ചൊല്ലിയുള്ള കുഴപ്പങ്ങളും സ്തേവയച്ചന്റെ സ്ഥാനമൊഴിയലും ലാസറുചേട്ടന്റെ ദുരൂഹമായ മരണവുമെല്ലാം ഒരു ചങ്ങലതന്നെ. ഭൂമിയിലെ വിലാപകാലം ഇരുളായി വരുന്നു. പുഴകൾ വരണ്ടുപോവുന്നു. തീ അണഞ്ഞുപോവുന്നു. കൊടുങ്കാറ്റ് വീശുന്നു.

സിസ്റ്റർ ആഗ്നസ് രൂത്തിനെക്കുറിച്ചോർത്തു. അവൻ ഒരു പ്രവാചകന്റെ മട്ടിലാണ്. അവൻ വീണ്ടും വീണ്ടും ചോദിക്കുന്നു: "പുതിയ അച്ചൻ എങ്ങനെയുണ്ട്?"

മറിയം ചോദിക്കുന്നു: "സത്യം പറയണം. സിസ്റ്ററിനു വ്യസനങ്ങളില്ലേ?"

അയാൾ ചോദിക്കുന്നു: "നിങ്ങളെന്തിനാണ് സിസ്റ്റർ ഈ തട്ടമണിഞ്ഞത്?"

ഫാദർ ഗബ്രിയേൽ, ചുണ്ടിലൊരു ചിരി വിടർത്തി പറയുന്നു:

"സിസ്റ്റർ, നിങ്ങളുടെ കണ്ണുകൾ പ്രാവിൻകണ്ണുപോലെ. നാളെമുതൽ പള്ളിയിലെ സ്റ്റോറിൽ ജോലിചെയ്താൽമതി. എന്താ, എന്തുപറയുന്നു? നല്ല രസമായിരിക്കും...."

ളോഹ ഉലച്ചുകൊണ്ട് ഫാദർ നടന്നകലുന്നു. രാത്രിഏറെ നീണ്ടു. സിസ്റ്റർ ആഗ്നസ് ചിന്തിച്ചുകൊണ്ടേയിരുന്നു. പുറത്ത് ഭൂമിയിലാകെ ഇരുളായിരിക്കുന്നു. പിശാചുക്കൾ കടന്നുവരാതിരിപ്പാൻ അവൾ ജാലകപ്പാളികൾ എല്ലാമടച്ചു. കുരിശുവരച്ച് മെത്തയിലേക്കമർന്നു. അവൾ രൂത്തിനെക്കുറിച്ചും മറിയത്തെക്കുറിച്ചും ഓർത്തു. രൂത്ത് പറഞ്ഞത് അപ്പോഴും ദുരൂഹമായിത്തോന്നി, "മറിയം ഇടവകയിലേക്കു തന്നെ മടങ്ങിവരുവാൻ പോകുന്നു."

"ഉവ്വ്, അതുതന്നെ. ചേച്ചി മടങ്ങിവരുന്നു...."

"അതെ, ഒരു കുമ്പസാരത്തിന് പരിഹരിക്കാനാവാത്ത പാപമുണ്ടോ?"

"കുമ്പസാരം മറ്റൊരിടത്താണ്. അത് പ്രതീക്ഷിക്കുന്നവരുടെയടുത്ത്."

എന്റെ പ്രിയേ, നീ തീർസാപോലെ സൗന്ദര്യമുള്ളവൾ, യെരൂശേലംപോലെ മനോഹര... നിന്റെ കണ്ണ് എങ്കൽനിന്ന് തിരിക്ക, അത് എന്നെ ഭ്രമിപ്പിച്ചിരിക്കുന്നു. നിന്റെ തലമുടി ഗിലേയാദ് മലഞ്ചെരുവിൽ കിടക്കുന്ന കോലാട്ടിൻപ്പറ്റംപോലെയാകുന്നു. നിന്റെ ചെന്നികൾ നിന്റെ മൂടുപടത്തിന്റെ ഉള്ളിൽ മാതളപ്പഴത്തിന്റെ ഖണ്ഡംപോലെ ഇരിക്കുന്നു. അറുപതു രാജ്ഞികളും എൺപതു വെപ്പാട്ടികളും അസംഖ്യം കന്യകമാരും എനിക്കുണ്ട്. എന്റെ പ്രാവും എന്റെ നിഷ്കളങ്കയുമായവളോ ഒരുത്തിമാത്രം. മടങ്ങിവരിക പ്രിയേ, മടങ്ങിവരിക. പ്രഭുകുമാരി, ചെരിപ്പിട്ടിരിക്കുന്ന നിന്റെ കാൽ എത്ര മനോഹരം! നിന്റെ ഉരുണ്ട നിതംബം തട്ടാന്റെ പണിയായ ഭൂഷണംപോലെ ഇരിക്കുന്നു. നിന്റെ നാഭി, വട്ടത്തിലുള്ള പാനപാത്രംപോലെയാകുന്നു. അതിൽ കലക്കിയ വീഞ്ഞ് ഇല്ലാതിരിക്കുന്നില്ല. നിന്റെ ഉദരം താമരപ്പൂ ചുറ്റിയിരിക്കുന്ന ഗോതമ്പുകൂമ്പാരംപോലെ ആകുന്നു. നിന്റെ സ്തനം രണ്ടും ഇരട്ടപിറന്ന രണ്ടു മാൻകുട്ടികൾക്കു സമം.... അല്ലയോ കാന്തേ, നിന്റെ അധരം തേൻകട്ട പൊഴിക്കുന്നു. നിന്റെ നാവിൻകീഴിൽ തേനും പാലും ഉണ്ട്. പ്രിയേ, സുഖഭോഗങ്ങളിൽ ആസക്തിയുള്ളവളേ, വരിക. നിനക്കായി ഞാൻ പച്ചനിറമുള്ള കിടക്ക ഒരുക്കി കാത്തിരിക്കുന്നു....

ജോർജുകുട്ടിയുടെ ചിന്തയാകെ മറിയത്തെച്ചൊല്ലിയായിരുന്നു. അയാൾ എസ്തപ്പാന്റെ ശവമടക്കിനു പോകയുണ്ടായില്ല. അതിൽപ്പിന്നീട് അവനെ ഓർക്കപോലുമുണ്ടായില്ല.

എന്നാൽ ഇടവക അവ്വിധമൊരു മഹാത്മാവിനെ മറക്കുന്നതെങ്ങനെ? ഫാദർ ഗബ്രിയേൽ ചരമപ്രസംഗത്തിൽ എസ്തപ്പാന്റെ അപദാനങ്ങളെ വേണ്ടുംവണ്ണം വാഴ്ത്തുകയുണ്ടായി. സ്വർഗരാജ്യത്തിലെ മനോഹരമായ ഇരിപ്പിടത്തെക്കുറിച്ചും അവിടേക്കുള്ള വിശാലപാതയെക്കുറിച്ചും ഒക്കെ

പറഞ്ഞു. എസ്തപ്പാനെപ്പോലൊരുവൻ നമ്മെ വിട്ടുപോയത് കഷ്ടംതന്നെ. എന്തെന്നാൽ അവൻ മനുഷ്യരിൽ മനുഷ്യനും നല്ലവരിൽ നല്ലവനുമായിരുന്നല്ലോ. ദുഃഖിപ്പിൻ, അവനുവേണ്ടി പ്രാർത്ഥിപ്പിൻ...

അവന്റെ ഉറവിടം ഇപ്പോഴും അജ്ഞാതം. അവനീ ഭൂമിയിൽ ഉണ്ടായിരുന്നു. എവിടെനിന്നു വന്നു എന്നതറിയുകയുമില്ല. അവൻ മഹാനും ജ്ഞാനിയുമായിരുന്നു. ബലവാനും കർമ്മഗുണമുള്ളവനുമായിരുന്നു. ഇടവകയുടെ ഏത് വിശേഷാവസരങ്ങളിലും അവൻ ഓർമ്മിക്കപ്പെട്ടിരുന്നു. ഇടവകയെ ബാധിച്ച വെള്ളപ്പൊക്കത്തെയും ദുരിതത്തെയും തടുക്കുവാനുള്ള ചിറകെട്ടുവാനും മുമ്പിൽ നിന്നത് അവൻതന്നെ. കമ്പിപ്പാലം കെട്ടുവാനും മുമ്പിൽ നിന്നത് അവൻതന്നെ. അവന്റെ ജീവകാലം പ്രകാശമാനവും തെളിച്ചമുള്ളതുമായിരുന്നു. പൂത്തുലഞ്ഞ മുന്തിരിത്തോട്ടംപോലെയും പതഞ്ഞുയർന്ന വീഞ്ഞുചഷകംപോലെയുമായിരുന്നു. അവന്റെ മരണം അവന്റെ ജനനംപോലെതന്നെ ദുരൂഹവും നിർവചിക്കപ്പെടാത്തതുമായിരുന്നു. അവൻ മായയിൽനിന്നു വന്നു. മായയിലേക്കുതന്നെ പോകയും ചെയ്തു. അവന്റെ നാമം എന്നെന്നും വാഴ്ത്തപ്പെടട്ടെ.

അവിടമാകെ കുന്തിരിക്കത്തിന്റെ സുഗന്ധം പരന്നു. പ്രാർഥനകളിൽ പങ്കെടുത്ത ഇടവകവാസികളിൽ ജെസ്സി എന്ന വേശ്യയുമുണ്ടായിരുന്നു. അവളുടെ കണ്ണുകളിൽ കരിമഷിയും തിളക്കവും ഉണ്ടായിരുന്നു. ചുണ്ടിലോ ചെറിയൊരു പുഞ്ചിരിയും. ആൾക്കൂട്ടത്തിൽ വിളക്കയിൽ ജോർജുകുട്ടി ഉണ്ടായിരുന്നില്ല എന്നത് ആരോ ചൂണ്ടിക്കാട്ടി. അപ്പോൾ ചിലർ അത് ശ്രദ്ധിച്ചു. മറ്റു ചിലർ പറഞ്ഞു: "ജീപ്പേല് കയറിയാ അവിടെ വന്നത്. പിന്നെ ഒരു പോക്കായിരുന്നു. വല്ലാത്തൊരു പോക്കുതന്നെ. പിന്നെ കാണുകയുണ്ടായില്ല...."

എങ്കിൽ ചെന്നന്വേഷിക്കേണ്ടതുതന്നെയെന്ന് ചാമച്ചേരി അന്തോണിക്കും കുറവങ്കാട് പൈലിക്കും അഭിപ്രായമുണ്ടായി. കാരണം എസ്തപ്പാനെച്ചൊല്ലി ജോർജുകുട്ടിക്ക് ഏറിയ വിഷാദങ്ങൾ ഉണ്ടാകാതെ വയ്യ. ഏതിനും ഒരു കൈയ്യാളായി അവനുണ്ടായിരുന്നു. അവന്റെ മരണം തങ്ങളെപ്പോലും ഭീതിപ്പെടുത്തുന്നു. എന്തോ എവിടെയോ കുഴപ്പം സംഭവിക്കുന്നുണ്ട്. അതൊക്കെ ഓർത്ത് ജോർജുകുട്ടിക്കും വെപ്രാളങ്ങൾ വന്നുകൂടെന്നില്ല. ഒന്നു ചെന്നുകാണാം. ആശ്വാസം കൈമാറാം. വേണമെങ്കിൽ ചില്ലറ തമാശകളും നടത്താം എന്തുകൊണ്ടും അത് നല്ലതുതന്നെ....

അവർ വഴിയിൽവെച്ച് ബനാച്ചനേയും കൂട്ടത്തിൽ ചേർത്തു. എവിടെപ്പോകുന്നു എന്നു ചോദിച്ചതിന് വിളക്കയിലുവരെ എന്ന് അവർ ബനാച്ചനെ കേൾപ്പിച്ചു. ഓ, വല്ല കോളുമുണ്ടാകും അല്ലേ എന്നു ചോദിച്ചുകൊണ്ട് അവൻ അവരുടെ പിറകേ ചേർന്നു. ബനാച്ചൻ ഇടയ്ക്കൊക്കെ അവരുടെ സംഘത്തിൽ ചേരുക പതിവുണ്ടായിരുന്നു. അവൻ നല്ലൊരു വെടിക്കാരനായിരുന്നു. ഒരു എയർഗൺ അവന് സ്വന്തമായുണ്ട്. കെട്ടിടങ്ങളുടെ മട്ടുപ്പാവിലിരുന്ന് കുറുകുന്ന മാടപ്രാവുകളെ സൂക്ഷ്മ

മായി അവൻ വെടിവെച്ചിടും. ബനാച്ചൻ എന്നോർക്കുമ്പോൾ ആരും മാട പ്രാവിറച്ചിയെ ഓർക്കും. ഈയിടെയായി അവൻ പ്രാവുകളെ പിടികൂടാറില്ല. പകരം ലാസറിന്റെ തയ്യൽമിഷ്യനിൽ ഒരു പ്രയോഗം നടത്തിത്തുടങ്ങിയിട്ടുണ്ട്. കുറച്ചുകാലം അവൻ ലാസറിന്റെ കീഴിൽ ജോലി പഠിച്ചിരുന്നു. പിന്നീട് വിട്ടുപോയി. ലാസറിന്റെ ഒരു ചാർച്ചക്കാരൻ എന്ന് അവൻ പണ്ടേ പ്രഖ്യാപിച്ചു നടന്നിരുന്നു. ലാസറിന്റെ മരണശേഷം അനാഥമായിക്കിടന്ന ആ ഭവനവും ഉപകരണങ്ങളും ബനാച്ചൻ കൈക്കൊണ്ടു. അങ്ങനെ ചില്ലറ പണിത്തരങ്ങൾ നിർവ്വഹിച്ച് സംതൃപ്തമായി ജീവിച്ചു വരികയായിരുന്നു.

പൈലി ചോദിച്ചു: "ഇപ്പോ തുന്നപ്പണിയൊക്കെ എങ്ങനുണ്ട് ബനാച്ചാ?"

"ഓ, എന്നാ പറയാനാ എന്റെ പൈലിച്ചേട്ടാ, ഒരുവിധമങ്ങ് ഒപ്പിച്ചേച്ച് പോകുന്നു"– എന്ന് അതിന് ബനാച്ചൻ പ്രതിവചിച്ചു. ഒപ്പം നടന്നു. അപ്പോൾ ചാമച്ചേരി അന്തോണി പറഞ്ഞു. "അല്ലാ പൈലീ, ഒരു ഭാഗ്യം നോക്കണേ– ആ ലാസറ് ചത്തതുകൊണ്ട് ഗുണംപിടിച്ചത് ഈ ബനാച്ചനല്ല്യോ?"

"എല്ലാം ജോർജുകുട്ടിച്ചായന്റെ കാരുണ്യംകൊണ്ടാ–" എന്നുപറഞ്ഞ് ബനാച്ചൻ അവരുടെകൂടെ റബർക്കാടുകളിലേക്ക് പ്രവേശിച്ചു...

ദൂരെനിന്ന് അത്ഭുതകരമായ ആ കാഴ്ച അവർ കണ്ടു. വിളക്കയിലുകാരുടെ അനന്തവിസ്തൃതമായ ഭൂവിടമാകെ ചാഞ്ഞുലയുന്നു. ഒരു നേർത്ത പൂന്തെന്നലിൽപ്പെട്ടതുപോലെ. ഒരു ചെറിയ വിദ്യുത് തരംഗത്തിലെന്നപോലെ. വാസനത്തൈലം തേച്ച് തിളക്കമാർന്നതാക്കിയ തന്റെ സമൃദ്ധമായ കാർക്കൂന്തലാകെ അഴിച്ചിട്ട്, തല പതിയെ ഉയർത്തി ഒരു സുന്ദരി വീശുമ്പോഴെന്നപോലെ.

ഉപമകളിനിയെന്തുള്ളൂ!

വർണ്ണിക്കുവാൻ വയ്യ. അത്രയും സുന്ദരം, അത്ഭുതകരം, ഹർഷപുളകിതം, ഹായ്!

ചാമച്ചേരി അന്തോണിക്കു തോന്നിയതെന്തെന്നാൽ വിളക്കയിലിൽ എന്തോ ഒരത്ഭുതം സംഭവിച്ചിട്ടുണ്ട് എന്നത്രെ. എന്നാൽ കുറവങ്കാട്ട് പൈലി, കുറേക്കൂടി മുതിർന്നയാളായതുകൊണ്ടാവണം, അഭിപ്രായപ്പെട്ടത്: ജോർജുകുട്ടിക്ക് ഒരു പെങ്ങളില്ല്യോ, എന്നതാ അവടെ പേര്, ഏയ്ഞ്ചലെന്നോ മറ്റോ, അവൾ ഈ പെസഹായ്ക്ക് വരുന്നെന്നു പറഞ്ഞുകേട്ടായിരുന്നു. അവളാരാ, ഈ ഭൂമിയിലെ മാലാഖയല്ല്യോ, എന്നതാ അവടെ ഒരു മുറും മുകിലും–അവള് വന്നതോണ്ടുള്ള സന്തോഷമാ ഈ മരങ്ങൾക്ക്.

അതേറെക്കുറെ വാസ്തവമാവാൻ സാദ്ധ്യതയുണ്ടെന്നും, എന്നാൽ പൈലിച്ചേട്ടൻ അഭിപ്രായപ്പെട്ടതുപോലെ ജോർജുകുട്ടിക്ക് ഒന്നല്ല രണ്ട്

പെങ്ങന്മാരുണ്ടെന്നും അവർ ഇരട്ടകളാണെന്നും രണ്ടാമത്തവളുടെ പേര് ആഗ്നസ് എന്നാണ് എന്നും അവളും കെട്ടിയവനുമൊത്ത് അങ്ങ് ദൂരെ പേർഷ്യാ എന്ന് ഒരു രാഷ്ട്രത്തിലായിരുന്നെന്നും അന്തോണി പറഞ്ഞു. സത്യത്തില് സുന്ദരിക്കുട്ടി അവളാ, ആഗ്നസ്, മറ്റവളേക്കാൾ, എന്നാൽ കഷ്ടം. രണ്ട് സംവത്സരം മുമ്പു ചത്തുപോയി...

അങ്ങനെ പലതും അവർ പറഞ്ഞുകൊണ്ടു നടന്നപ്പോൾ, വിളക്കയിലിന്റെ അതിർവരമ്പെത്തി. അതുവരെ വിസ്മയക്കോളിൽ മിണ്ടാനാവാതെ നടക്കയായിരുന്ന ബനാച്ചന് കുന്തിരിക്കത്തിന്റെ വാസന അനുഭവപ്പെട്ടു, അത് അവൻ തെല്ലുറക്കെത്തന്നെ വെളിവാക്കിയതിന് "അതെയതെ" എന്ന് അന്തോണിയും പൈലിയും സമ്മതിച്ചു. അവർ വിളക്കയിലിന് അഭിമുഖമായാണ് ഇപ്പോൾ നടന്നുകൊണ്ടിരിക്കുന്നത്. ഇരുവശങ്ങളിലും നാനാജാതി സസ്യങ്ങളും വള്ളിപ്പടർപ്പുകളും. അവ പൂത്തുലഞ്ഞതായി കാണപ്പെട്ടു. അവയ്ക്കുമപ്പുറം ഇരുണ്ട പച്ചപ്പാകെ. മിന്നാമിനുങ്ങുകൾ തിളക്കംകാട്ടുന്നതായും തോന്നി. സന്ധ്യതുടങ്ങിയതല്ലേയുള്ളൂ? പിന്നെ എവിടെ നിന്നു വന്നു ഇത്രയധികം മിന്നാമിനുങ്ങുകൾ? അരികെ നീർച്ചാലിൽനിന്നുള്ള കളകളാരവം സന്ദർഭത്തിന് ഒരു പ്രത്യേക താളം നൽകി. എല്ലാംകൊണ്ടും വിസ്മയകരമായ ഒരു സന്ധ്യാനേരം. അവർക്കു മുന്നിൽ, വിളക്കയിൽ തറവാടുഭവനം പ്രകാശത്തിൽ കുളിച്ചുനിൽക്കുകയാണ്. പ്രകാശത്തിന്റെ നിരവധി ജാലകക്കള്ളികൾ.

പൂഴി നിരത്തിയ മുറ്റത്ത് പൂക്കളും അവയ്ക്കു നടുവിൽ ജലധാരയും. മൺപാത്രങ്ങളേന്തിയ വനകന്യകൾ, വാ പൊളിച്ചു നിൽക്കുന്ന രണ്ടു മൃഗരാജന്മാർ. എല്ലാം കടന്ന് അവർ ഉമ്മറത്തിനരുകിലെത്തി.

രൂത്തും ഫെർണാണ്ടസും പിരിഞ്ഞതിൽപ്പിന്നെ മറിയത്തെയും അവളുടെ മനോഹരമായ ഉടലിനെയും സ്വപ്നം കണ്ടു കിടക്കയായിരുന്ന ജോർജുകുട്ടിയെ മോളി, അധികം വൈകാതെ വിളിച്ചുണർത്തിയിരുന്നു. പരിഭ്രമം കൂടുകെട്ടിയ കണ്ണുകളോടെ പടികൾ കയറി ഓടിയെത്തിയ അവൾ നിലവിളിക്കുക തന്നെയായിരുന്നു: "ദേ അമ്മച്ചി."

ജോർജുകുട്ടി "നാശം" എന്നു പിറുപിറുത്ത് അപ്പോഴും പേടിച്ചരണ്ടു നിൽക്കയായിരുന്ന അവളോട് "നീ ചെന്ന് നെഞ്ചു തടവിക്കൊട് കൊച്ചേ–" എന്നു പറയുകയും അവളെ താഴേക്കുതന്നെ യാത്രയാക്കുകയും ചെയ്തു. പിന്നീട് വാതിലുകൾ ചേർത്തടച്ച്, അയാൾ തന്റെ കമനീയമായ ചിന്തകളിലേക്കുതന്നെ തിരിച്ചുവന്നു.

വീണ്ടും മോളി വന്നു വിളിച്ചപ്പോൾ, അയാൾക്ക് അരിശംവന്നു. "നീ എന്നെ വെറുതെ വിടുകേല" എന്ന് കടുപ്പിച്ചു പറഞ്ഞതിന് ''ദേ, താഴെ ആ അന്തോണിചേട്ടനുംമറ്റും വന്നു നിൽക്കുന്നു" എന്ന് അവൾ മറുപടി പറഞ്ഞു. അപ്പോൾ മുറിതുറന്ന് ജോർജുകുട്ടി പുറത്തുവന്നു. ചുവപ്പുപൂക്കളുള്ള ഒരു ലുങ്കിയും കൈയില്ലാത്ത ഒരു ബനിയനുമായിരുന്നു അയാൾ ധരിച്ചിരുന്നത്.

ഇപ്പുറത്ത് ജോർജുകുട്ടിയുടെ വരവും കാത്ത് നില്ക്കയായിരുന്നു. അവർ. അവർ നിൽക്കുകയാണ് എന്നു കണ്ട് ജോർജുകുട്ടി, "അല്ല, നിങ്ങളു വന്ന കാലേല് നില്ക്കുവാണോ– വാ, വാ ഇങ്ങോട്ടിരി–" എന്നു പറഞ്ഞ് അവരെ അകത്തേക്കു ക്ഷണിച്ചു. അതിന് അവർ "ഓ, അതൊന്നും വേണ്ട–ഞങ്ങള് ചുമ്മാ ഒന്നു കണ്ടേച്ചു പോകാമെന്നു കരുതി വന്നതാ–" എന്നു പറഞ്ഞു. "അതല്ലാ, വാ കുറെ പറയാനുണ്ട്. ഇരുന്നു തന്നെ പറയാം" എന്നു പറഞ്ഞ് ജോർജുകുട്ടി അവരെ അകത്തേക്ക് കൊണ്ടുപോയി.

അവർ അത്ഭുതത്തിൽത്തന്നെ. എസ്തപ്പാൻ എന്ന സഹചാരിയുടെ മരണം അയാളെ തെല്ലും ബാധിച്ചിട്ടില്ല. എന്നാൽ മറിച്ച്, അയാൾ ഏറെ സന്തോഷത്തിലുമാണ്. സെമിത്തേരിയിൽ വരാഞ്ഞത് ദുഃഖം ഹേതുവായിട്ടാണെന്ന ധാരണ വെറുതെ. അങ്ങനെയൊന്നുമല്ല. ജോർജുകുട്ടി ഏതോ കടുത്ത സന്തോഷത്തിലാണ്.

മുകളിൽ വർണ്ണവെളിച്ചം തൂവുന്ന ശരറാന്തലിൽ കണ്ണുംനട്ട്, ജോർജുകുട്ടി എന്തോ പറയാൻ തയ്യാറെടുക്കുകയായിരുന്നു. എന്നാൽ ഒന്നും പറയുന്നുമില്ല. അതിനാൽ അന്തോണി ഇങ്ങനെ തുടങ്ങി: "അറിഞ്ഞില്യോ നമ്മുടെ എസ്തപ്പാന്റെ കാര്യം."

"ആ, എസ്തപ്പാൻ–" എന്ന് ജോർജുകുട്ടി പരിസരത്തിലേക്കുണർന്നു. "അതു കഷ്ടമായിപ്പോയി. ഇന്ന് ഇവിടെ ഞണ്ടിറച്ചി കൊണ്ടുത്തരാമെന്നും പറഞ്ഞ് കാലത്തവൻ പോയതാ."

പൈലി പറഞ്ഞു: "സെമിത്തേരീല് കാണാഞ്ഞപ്പം ഞങ്ങളു കരുതീത് സംഭവമറിഞ്ഞു കാണത്തില്ലെന്നാ– പിന്നീടാരോ പറഞ്ഞു ജീപ്പേല് അവിടെ വന്നിരുന്നെന്ന്"– പിന്നെ അയാൾ ആശ്വസിപ്പിച്ചു. "പോയത് പോയി, ആത്മാവിനെ തടുപ്പാൻ ആത്മാവിനുമേൽ അധികാരമുള്ള ഒരു മനുഷ്യനുമില്ല. മരണദിവസത്തിന്മേൽ അധികാരമുള്ളവനുമില്ല."

"അതു ശരിയാ" എന്ന് ജോർജുകുട്ടി അനുകൂലിച്ചു. "പിന്നെ കൂട്ടരേ, ഒരു കാര്യമുണ്ട് പറയാൻ."

എല്ലാവരും അതറിയാനുള്ള ആകാംക്ഷ മറച്ചുവെച്ചില്ല. പെങ്ങൾ പേർഷ്യയിൽനിന്ന് വന്നതുതന്നെയെന്ന് അന്തോണിയും പൈലിയും വിചാരിച്ചെങ്കിലും വീടാകെ നിശ്ശബ്ദതയിലാണ്ടുകിടക്കയാൽ സംശയത്തിലുമായി. ബനാച്ചൻ ഒന്നും ആലോചിച്ചില്ല. ജോർജുകുട്ടി പറയുന്നതറിയാൻ ചെവികൊടുത്തു.

ജോർജുകുട്ടി ഇരിപ്പിടത്തിൽ മലർന്ന്, തികച്ചും ആശ്വാസം കൈക്കൊണ്ട് പറഞ്ഞു: "ആ എബ്രഹാമിന്റെ കെട്ടിയവളുണ്ടല്ലോ, മറിയം, അവളിന്നൊരു ആളെ ഇങ്ങോട്ട് പറഞ്ഞുവിട്ടായിരുന്നു..."

"തല്ലും പിടീം ഉണ്ടാക്കാനാണോ?" അന്തോണി മുന്നോട്ടല്പം നീങ്ങിയിരുന്ന് ആകാംക്ഷപൂണ്ടു.

"ഏയ്, അതൊന്നുമല്ല. നമ്മള് വിചാരിച്ചതുപോലെ അവളത്ര വിഷമുള്ള ഇനമല്ല. അവളൊരു പാവമാ–"

അത്രയും പറഞ്ഞശേഷം ജോർജുകുട്ടി മൂവരുടെയും മുഖങ്ങളിലേക്ക് മാറിമാറി നോക്കി. സംഗതി വ്യക്തമാവാത്തതിൽ അന്ധാളിപ്പ് അവിടെ പ്രകടമായിരുന്നു.

"ഒരുതരത്തിലാലോചിച്ചാ അതും ഒരു നേരാ–അവൾക്കിപ്പോ അന്യനാട്ടില് കിടന്നു കഷ്ടപ്പെടേണ്ട കാര്യം വല്ലതുമുണ്ടോ? ഇല്ലല്ലോ–ഞാനവളോട് ഇങ്ങോട്ടു തിരികെ വന്നോളാൻ പറഞ്ഞിരിക്ക്യാ–" ജോർജുകുട്ടി പ്രഖ്യാപിച്ചു. "അപ്പോ പിഴച്ചുപോയ ഒരുത്തിയെ" അന്തോണി എന്തോ പറയാൻ നാവനക്കി. ജോർജുകുട്ടി അരിശത്തോടെ മുന്നോട്ടാഞ്ഞു: "എന്തു പിഴച്ചുപോയെന്നാ–ഞാനാണല്ലോ അവളെ പിഴച്ചവളാക്കിയത്. ആ ഞാൻതന്ന്യാ പറയുന്നേ, അവള് പിഴച്ചവളല്ല്യാന്ന്, പോരേ?"

"എങ്കിലും ഇടവകക്കാര് ഇതറിയുമ്പം" എന്ന് പൈലി പറഞ്ഞുതുടങ്ങുകയായിരുന്നതിനെ "ജോർജുകുട്ടി കഴിഞ്ഞിട്ടേ ഇടവകക്കാരുള്ളു" എന്ന് ജോർജുകുട്ടി തറപ്പിച്ചു പറഞ്ഞു. അതിനെ പൈലിയും അന്തോണിയും അപ്പോൾത്തന്നെ തലകുലുക്കി ശരിവെക്കുകയും ചെയ്തു. എങ്കിലും ബനാച്ചന്റെ മുഖം തെളിച്ചമില്ലാത്തതുകണ്ട്, ചിരിച്ചുകൊണ്ട് അവന്റെ മുതുകിൽത്തട്ടി ജോർജുകുട്ടി പറഞ്ഞു: "നീയെന്തിനാടാ പേടിക്കുന്നത്? അവള് വീണ്ടും ലാസറിന്റെ കടയിൽ ഇരിക്കാനൊന്നും പോകുന്നില്ല. ലാസറിന്റെ കട നിനക്ക്തന്നെ. അവൾക്കു ഞാൻ പണികൊടുക്കാമ്പോവുക."

"ജോർജുകുട്ടിച്ചായൻ മിശിഹായാ" എന്നു പറഞ്ഞ് ബനാച്ചൻ ആ കാലുകൾ കെട്ടിപ്പിടിച്ചു.

അനന്തരം അവർ ഒരു നല്ല മദ്യപാനത്തിലേക്ക് പ്രവേശിച്ചു. വിജയംകൊണ്ടാടുന്ന ഒരു രാജാവിന്റെ ഭാവമായിരുന്നു ജോർജുകുട്ടിക്ക്. സത്യവും അതുതന്നെ. ആഗ്രഹിച്ചതെന്തും അയാൾ കൈപ്പിടിക്കുള്ളിലൊതുക്കുന്നു. അതുതന്നെ സംഭവിക്കുന്നു എന്നു വേണം പറയുവാൻ.

മദ്യത്തിന്റെ നല്ല ഒരംശം അകത്താക്കിയതിൽപ്പിന്നെ, അന്തോണിക്ക് താൻ അവിടെക്കൊണ്ടുവന്നാക്കിയ പെണ്ണ് എങ്ങനെയിരിക്കുന്നു എന്നറിയാൻ ആഗ്രഹമുണ്ടായി. അതിന് "അവൾ ഉശാറായിരിക്കുന്നു" എന്ന് ജോർജുകുട്ടി പറയുകയും അവളെ ഉറക്കെ വിളിക്കുകയും ചെയ്തു. എന്നിട്ട് അവളെ അന്തോണിക്കു വിട്ടുകൊടുത്തുകൊണ്ടു പറഞ്ഞു. "കുറച്ചു ദിവസം ഇവൾ നിന്റൂടെ കഴിയട്ടെ. ആവശ്യമാവുമ്പം ഞാൻ തിരികെയെടുത്തോളാം."

"ആ അങ്ങനെയാവട്ടെ" എന്നു പറഞ്ഞ് അന്തോണി മോളിയെ വകഞ്ഞടുത്തു നിർത്തി ചേർത്തുപിടിച്ച് മദ്യം വീണ്ടും മോന്തിത്തുടങ്ങി.

ജീവകാലം മുഴുവൻ സ്നേഹംകൊണ്ട് വെളിച്ചം പരത്തിയ ഒരു

സ്ത്രീ ഇതാ–എസ്തേർ! അവളുടെ വിലാപം ആരുണ്ടു കേൾക്കുവാൻ! അവരുടെ മൂക്കിനകത്ത് വായു നേർത്തുനേർത്തു പോകുന്നു. അവൾ ഞരങ്ങുന്നു. വാത്സല്യംകൊണ്ട് തഴുകിയ കൈത്തലങ്ങളാകെ വിറകൊള്ളുന്നു. ചുണ്ടുകളിൽ സങ്കീർത്തനങ്ങൾ വിറകൊള്ളുന്നു. ആരും കേൾക്കുന്നുമില്ല. പെസഹാ അടുത്തു. പുളിപ്പില്ലാത്ത അപ്പത്തിന്റെ ഉത്സവം വരുന്നു. ആരും അതറിയുന്നില്ല. എല്ലാം പുളിപ്പിൽ കുതിർന്നവതന്നെ. യഹോവയോട് സർവ്വരും നീതികേടുകാണിക്കുന്നു. ഇവയെല്ലാം ഗ്രഹിക്കാത്തവൻ ആർ? സകല ജീവജന്തുക്കളുടേയും പ്രാണനും സകല മനുഷ്യവർഗ്ഗത്തിന്റെയും ശ്വാസവും അവന്റെ കൈയിൽ ഇരിക്കുന്നു. ചെവി വാക്കുകളെ പരിശോധിക്കുന്നില്ലയോ? അണ്ണാക്കു ഭക്ഷണം രുചി നോക്കുന്നില്ലയോ? പിടിച്ചുപറിക്കാരുടെ കൂടാരങ്ങൾ ശുഭമായിരിക്കുന്നു. ദൈവത്തെ കോപിക്കുന്നവർ നിർഭയരായി വസിക്കുന്നു...

എന്റെ നാളുകൾ നെയ്ത്തോടത്തിലും വേഗതയുള്ളത്. പ്രത്യാശകൂടാതെ അവ കഴിഞ്ഞുപോകുന്നു. എന്റെ കണ്ണ് ഇനി നന്മയെ കാണുകയില്ല. നിന്റെ കണ്ണ് എന്നെ നോക്കും. ഞാനോ ഇല്ലാതിരിക്കും. മേഘം ക്ഷയിച്ചു മാഞ്ഞുപോകുന്നതുപോലെ പാതാളത്തിലിറങ്ങുന്നവൻ വീണ്ടും കയറിവരുന്നില്ല. എന്റെ മനഃപീഡയിൽ ഞാൻ സംസാരിക്കും. എന്റെ മനോവ്യസനത്തിൽ സങ്കടം പറയും. നീ എനിക്കു കാവലാവേണ്ടതിന് ഞാൻ കടലോ കടലാനയോ ആകുന്നുവോ? എന്റെ കട്ടിൽ എന്നെ ആശ്വസിപ്പിക്കും. എന്റെ മെത്ത എന്റെ വ്യസനം ശമിപ്പിക്കും എന്നു ഞാൻ പറഞ്ഞാൽ നീ സ്വപ്നംകൊണ്ട് എന്നെ അലട്ടുന്നു. ദർശനംകൊണ്ടും എന്നെ ഭയപ്പെടത്തുന്നു. ആകയാൽ ഈ അസ്ഥികൂടത്തേക്കാൾ ഞാൻ മരണം തെരഞ്ഞെടുത്തിരിക്കുന്നു. എന്നെ വിടേണമേ; എന്റെ ജീവകാലം ഒരു ശ്വാസം മാത്രമല്ലോ....

ഒരു ഞരക്കം കേട്ട്, എസ്തേർ വേദപുസ്തകത്തിൽനിന്ന് കണ്ണുകളുയർത്തി. ജോർജുകുട്ടിയുടെ അപ്പൻ എന്തോ പറയാൻ ശ്രമിക്കയാണ്. ഇല്ല, ഒന്നും പറയുന്നില്ല. ഞരക്കം വിട്ട് അയാൾ ഒരു നിദ്രയിലേക്കു പ്രവേശിച്ചുകഴിഞ്ഞു. എന്റെ നെഞ്ചു കുറുകുന്നു. ഒരു വേദന മെല്ലെ മെല്ലെ കനംവെച്ചു പടരുന്നു. അയ്യോ....

മോളി അമ്മച്ചിയെ തൊട്ടുനോക്കിയപ്പോൾ ആ ശരീരം തണുത്തത് എന്നു കണ്ടു. മൂക്കിനുസമീപം വിരൽ വച്ചപ്പോൾ ശ്വാസമില്ല എന്നു കണ്ടു. അവൾ ഉറക്കെയുറക്കെ കരഞ്ഞുതുടങ്ങി.

ഇതു വലിയ ശല്യമായല്ലോ എന്നു പിറുപിറുത്ത്, തന്റെ സംഘത്തിൽനിന്ന് പുറത്തിറങ്ങിയ ജോർജുകുട്ടി അമ്മച്ചിയുടെ ദേഹത്ത് തളർന്നുകിടന്ന് മോളി കരയുന്നതു കണ്ടതിനാൽ “നിനക്കെന്താടി പിരാന്തുപിടിച്ചോ” എന്നൊരു ചോദ്യവുമായി അവളെ സമീപിച്ചു. അവളതിന് “അമ്മച്ചി പോയേ–” എന്നു വാവിട്ടു കരഞ്ഞു. ജോർജുകുട്ടി കുനിഞ്ഞിരുന്ന് അമ്മച്ചി മരവിച്ചിരിക്കുന്നു എന്ന് സ്ഥിരപ്പെടുത്തി. എന്നിട്ട് തന്റെ

നിർഭാഗ്യത്തിൽ സ്വയം പരിതപിച്ചുതുടങ്ങി. നല്ല നാളുകൾ തുടങ്ങാനിരിക്കുമ്പഴാ തള്ളയ്ക്ക് ചാവാൻ കണ്ടത്. അയാൾ എളുപ്പം പുറത്തുകടന്ന് അന്തോണിയെയും പൈലിയെയും ബനാച്ചനെയും കുലുക്കിവിളിച്ചു. അവർ മദ്യത്തിൽ മുങ്ങിപ്പോയതിനാൽ, ഉയർത്തിയെടുക്കാൻ വിഷമമുണ്ടായി. മോളി കണ്ണീരൊഴുക്കുകതന്നെ. എസ്തേറിന്റെ ശവക്കിടക്കയ്ക്കരികിൽ ജോർജുകുട്ടിയുടെ അപ്പൻ ഫിലിപ്പോസിന്റെ കട്ടിൽ. അതിൽ ഒന്നുമേതുമറിയാതെ ഞരക്കംമാത്രം പുറപ്പെടുവിച്ചുകൊണ്ട് അയാൾ കിടന്നു. അയാൾക്കരുകിൽ അയാളുടെ സ്നേഹവതി യാത്രയായിക്കഴിഞ്ഞു. അയാളുടെ മകൻ അയാൾക്കരികിൽ കുനിഞ്ഞുനിന്നു. കാറ്റുകഴിഞ്ഞുവോ എന്നു പരിശോധിക്കുംമട്ടിൽ ഫിലിപ്പോസ് കണ്ണു തുറന്നില്ല. പക്ഷേ, ഞരങ്ങി; ഞാൻ മരിച്ചിട്ടില്ല.

ലഹരി താഴ്ന്നിറങ്ങിയ ശരീരത്തോടെ, അന്തോണിയും പൈലിയും ബനാച്ചനും ആ വിലാപഭവനത്തിൽനിന്നു പുറത്തുകടന്നു. ജോർജുകുട്ടി അവരെ കുറേ കാര്യങ്ങൾ പറഞ്ഞേല്പിച്ചിരുന്നു. ഒരാൾ പള്ളിയിലേക്കു പോകുക. ഒരാൾ ശവപ്പെട്ടിക്കു പോവുക. ഇനിയൊരാൾ ഇടവകയിലേക്ക് ഒരു കാറ്റായി പറന്നുപോകുക.... നേരത്തേ കടന്നുവന്ന വഴിയിലൂടെ അവർ തിരികെ നടന്നു. അപ്പോഴും ആ സസ്യങ്ങളും വള്ളിപ്പടർപ്പുകളും വൃക്ഷങ്ങളും അതുപോലെതന്നെ. ഒന്നും മാറ്റമില്ല. അവ ഉല്ലാസം വെളിവാക്കിക്കൊണ്ടേയിരുന്നു. രാത്രി, അതുമാത്രം ഭാവം മാറ്റിക്കൊണ്ടേയിരുന്നു.

രൂത്തിനെ നാം ഒടുവിൽ കണ്ടതെവിടെയാണ്? അതെ, സിസ്റ്റർ ആഗ്നസുമൊത്തുള്ള സമാഗമം നടന്ന ആ സായാഹ്നത്തിൽ. അവൻ "നാളെ മറിയം വരുന്നു" എന്ന ഒരു പ്രഖ്യാപനം നടത്തി നടന്നകന്നതാണല്ലോ. അനന്തരം അവൻ പലേ ഭൂവിടങ്ങളും താണ്ടി. പലേ പാതകളും പിന്നിട്ടു. ഒടുവിൽ രാത്രിയോടെ മറിയത്തിനരികിലെത്തിച്ചേർന്നു.

ഇതിനകം മറിയത്തിന്റെ അപ്പനും അമ്മച്ചിയും മകൾക്കു സംഭവിച്ച ദുരന്തത്തെക്കുറിച്ച് ഏതാണ്ടൊക്കെ അറിഞ്ഞുകഴിഞ്ഞിരുന്നു. പക്ഷേ, കേട്ടറിഞ്ഞവയത്രയും വിശ്വസിക്കുവാൻ അവർക്കായില്ല. മറിയത്തെ ലാസർ എത്രമാത്രം നന്നായി സംരക്ഷിച്ചിരുന്നു എന്നത് അവർക്ക് അറിവുള്ള കാര്യമായിരുന്നു. ലാസറിനു മരണം സംഭവിച്ച കാര്യം ഒരു പേക്കാറ്റുപോലെയാണ് അവർ അറിഞ്ഞത്. ഹാ, എന്തു കഷ്ടം എന്നു പറഞ്ഞ് അവർ വ്യസനത്തിൽ പതിച്ചു.

വിളക്കയിലിനെക്കുറിച്ച് അവർ കേട്ടിരുന്നു. അവിടത്തെ പ്രതാപൈശ്വര്യങ്ങൾ നാടെങ്ങും പുകൾപെറ്റതുതന്നെ. എങ്കിലും അവിടത്തെ ഒരു ജോലിക്കാരിയായി മകൾ വീണ്ടും ആ ഇടവകയിലേക്കു പോകുക എന്നത് അചിന്ത്യംതന്നെ. അത് അനാവശ്യവുമാണ്. മാത്രവുമല്ല, ഇടവക അവളെ എവ്വിധം സ്വീകരിക്കും എന്നത് പറയുവാനും വയ്യ. ഇവളെച്ചൊല്ലി ഇടവ

കയാകെ കലങ്ങിമറിഞ്ഞിരിക്കയാണെന്നല്ലോ ശ്രുതി.

പക്ഷേ, മറിയം വല്ലാതെ നിർബന്ധിച്ചു. ''അപ്പൻ കരുതുന്നതുപോലെ, ഞാനവിടെ പണിയെടുക്കാനൊന്നുമല്ല പോകുന്നത്. എന്റെ അച്ചായൻ പണിതതാ ആ കമ്പിപ്പാലം. ഇടവകയിലെ, അച്ചായന്റെ ഏകസ്മാരകം. ഞാനെന്നും അച്ചായന്റെ ഓർമ്മ പുതുക്കാറുള്ളത് അവിടെച്ചെന്നു നിന്നാ. ഞാനവിടംവരെ പോയി, ഒന്നു പള്ളിയിലും കയറിയേച്ച് എളുപ്പമിങ്ങു വരാം."

അതിന് മറിയത്തിന്റെ അമ്മച്ചി അവളെ തടഞ്ഞുനിർത്തിക്കൊണ്ട്, "അവരു നിന്നെ തല്ലിക്കൊല്ലാൻ കാത്തുനിൽക്കുകാ" എന്നു വിലപിച്ചതിന്, രൂത്താണ് മറുപടി പറഞ്ഞത്: "അതൊന്നുമില്ല. അക്കാര്യംകൊണ്ട് ഭയക്കയും വേണ്ടി. ഇടവകയിലാർക്കും ഇപ്പോ മറിയചേച്ചിയെച്ചൊല്ലി ദേഷ്യമില്ല. ഞാനവിടെചെന്നേച്ചാ ഇപ്പോ വരുന്നത്."

മറിയം രൂത്തിനെ നോക്കി. അവന്റെ മുഖത്ത് അസാധാരണമായ ആ തിളക്കം അപ്പോഴുമുണ്ടായിരുന്നു. അവൻ ഒരു ജ്ഞാനിയെപ്പോലെ മുന്നിൽ നടന്നു. അത് ഒരു തെളിഞ്ഞ പകലായിരുന്നു. എങ്കിലും ആകാശത്ത്, സൂര്യനരികെത്തന്നെ ഒട്ടുവളരെ കാർമേഘകൂട്ടങ്ങളും കാണപ്പെട്ടു. അതെന്ത്, ഇത് പെസഹായുടെ മാസമല്ലോ, വേനൽ കത്തുകയല്ലേ എന്ന് മറിയം അത്ഭുതപ്പെട്ടതിന് "ചേച്ചി അധൈര്യപ്പെടാതെ; അഹിതങ്ങളുടെ കാലത്ത് അസാധാരണത്തിൽ അത്ഭുതമെന്ത്?" എന്ന് രൂത്ത് പ്രതിവചിച്ചു. അവന്റെ വലുപ്പം ഇപ്പോൾ ഹാ, വിസ്തരിക്കുക വയ്യ...

ഒരു മഴ ചാറിയിരുന്നു. മരങ്ങളും ചരൽനിരത്തും നീർച്ചാലുകളും നനഞ്ഞുകിടന്നു. കമ്പിപ്പാലവും പുഴയും കുരിശും നനഞ്ഞു കിടന്നു. സെമിത്തേരിയിലെ മണ്ണും നനഞ്ഞു. ഒരു കോണിൽ മണ്ണമർന്നിരുന്നില്ല. അവിടെയായിരുന്നു എസ്തേർ. അവിടെയും മഴ പെയ്തിരുന്നു. പൂക്കൾ മഴത്തുള്ളികളെ ഏറ്റുവാങ്ങി.

ജോർജുകുട്ടി വെപ്രാളങ്ങളിൽ പെട്ടുപോയിരിക്കുന്നു. വിചാരിക്കാത്ത നേരത്ത് അമ്മച്ചിക്കു സംഭവിച്ച മരണം തികച്ചും ക്രൂരമായിപ്പോയി. ഉവ്വ്, അങ്ങനെതന്നെ വേണം കരുതുവാൻ. ആശകളുടെ നറുംനിലാവ്. അതിനിടയിൽ നിരാശയുടെ കരിമേഘങ്ങൾ. എങ്കിലും, അയാൾ തന്റെ സംഗതികൾ കുഴഞ്ഞുമറിയാതിരിപ്പാൻ ശ്രമിച്ചുകൊണ്ടേയിരുന്നു. പേർഷ്യയിലേക്കു കമ്പിയടിച്ചെങ്കിലും ആഗ്നസ് വരികയുണ്ടാവില്ലെന്ന് അയാൾക്കറിയാമായിരുന്നു. അത് ഏറെ നന്നായി. അവളും കുട്ടികളും ഇന്നേരത്ത് ഇങ്ങോട്ട് കെട്ടിയെഴുന്നള്ളിയെങ്കിൽ അതും ഏറെ ക്രൂരമായേനേ. ഭാഗ്യം, അങ്ങനെയൊന്നുമേതും സംഭവിക്കുന്നില്ല. അവൾ വരില്ല. വന്നതുകൊണ്ട് കാര്യമുണ്ടെങ്കിലും വരില്ല. അതങ്ങനെയാണ്.

അമ്മച്ചിമലയിലെ കോട്ടേജിൽ ജോർജുകൂട്ടി ഏറെ നാളുകൾക്കു ശേഷം ചെന്നെത്തി. അവിടെയാകെ അലങ്കോലപ്പെട്ടു കിടക്കുകയായിരുന്നു. കഴിഞ്ഞ കുറേനാളുകളായി ആരും ഇവിടേക്കു കടന്നുവരാറി

ല്ല. റബ്ബർപണിക്കാരിൽ ചിലർ മുമ്പ് അന്തിയുറങ്ങാറുള്ളത്, ഈയിടെയായി പണിക്കാരേ ഇല്ല എന്ന കാരണത്താൽ, സംഭവിക്കാറുമില്ല. പണിയിങ്ങനെ മുടക്കിയാൽ, റബ്ബറിന് ശക്തിക്ഷയം സംഭവിക്കുമെന്ന് ചില കൂട്ടുകാർ ജോർജുകുട്ടിയോട് ഒരിക്കൽ പറഞ്ഞതിന് അയാൾ, "എനിക്കിനി എന്തിനീ റബ്ബർ, വേണ്ടതിലേറെ എന്റെ അപ്പൻവഴി എനിക്കു ലഭിച്ചിരിക്കുന്നല്ലോ" എന്ന് പറയുകയാണുണ്ടായത്. വാസ്തവത്തിൽ വിളക്കയിലിലെ മണ്ണ് പാഴായും ശൂന്യമായും തീരുകയായിരുന്നു.

എസ്തേർ മരിച്ച നാളിൽ ജോർജുകുട്ടി തറവാട്ടുഭവനത്തിലേക്കു പോകാതെ നേരെ അമ്മച്ചിമലയിലെത്തി. തറവാട്ടുഭവനത്തിൽ ഇനി അവശേഷിക്കുന്ന അവന്റെ അപ്പന് കൂട്ടിരിക്കുവതാർ? ഉണ്ടായിരുന്ന ആ പെങ്കൊച്ച് മോളിയെ അന്തോണി കൂടെക്കൊണ്ടുപോയിരിക്കുന്നു, വേറൊരിടത്തേക്ക്. ഫിലിപ്പോസ്മുതലാളി ഞരങ്ങിക്കൊണ്ടിരിക്കെ ജോർജുകുട്ടി തന്റെ ജീപ്പിൽ കുതിച്ചുവന്ന് അമ്മച്ചിമലയിലെത്തി. എന്നിട്ട് കോട്ടേജിനകത്തു പ്രവേശിച്ചു. രാത്രി ഏറെക്കഴിഞ്ഞു. പുലർന്നു.

ആകാശത്തിന്റെ കിളിവാതിലുകൾ തുറന്നു. അത് പൊടുന്നനെയായതിനാൽ മുൻകരുതലുകൾ ഇല്ലായിരുന്നു. ഭൂമിയിലേക്ക് മഴ വർഷിച്ചു തുടങ്ങി. "കാലം നോക്കിയൊന്നുമല്ല മഴയുടെ വരവ്" എന്ന് ഫാദർ ഗബ്രിയേൽ അഭിപ്രായപ്പെട്ടതിന്, ''അതെ, വല്ലാത്തൊരു കാലംതന്നെ" എന്ന് കപ്യാർ ഓത പ്രതിവചിച്ചു. വീണ്ടും കാറ്റടിച്ചു മഴ ശക്തമായി; പള്ളിയിൽനിന്ന് താഴ്വാരങ്ങളെ നോക്കുമ്പോൾ, എല്ലാം പുകയിലമർന്നപോലെ...

ഞായറാഴ്ചയായിട്ടും പള്ളിയിലാരുമെത്തിയില്ല. ഫാദർ ഗബ്രിയേലിന് മനോവ്യസനമുണ്ടായതുമില്ല. തന്റെ ഭാരം അത്രയും കുറഞ്ഞുവല്ലോ എന്ന് ആശ്വസിച്ചു തന്റെ മുറിക്കകത്തുതന്നെ ചുരുണ്ടുകൂടി ഇരുന്നു. ചുരുട്ട് കണ്ടമാനം വലിച്ചുതള്ളി. മുറിക്കകത്തുനിന്ന് സകല സുഷിരങ്ങളിലൂടെയും പുക വരുന്നതു കണ്ട്, ആദ്യം കപ്യാർ ഓത വല്ലാതെ ഭയന്നു. പിന്നെ താഴ്വാരങ്ങളിലെ പുകയിലേക്കു നോക്കി. അയാൾ ഏറെനേരം അങ്ങനെ നിന്നിരിക്കണം. അപ്പോൾ ചാമച്ചേരി അന്തോണി ഓടിവന്നു. കിതച്ചുകൊണ്ടുതന്നെ അയാൾ അച്ചനെ അന്വേഷിച്ചു. "എന്താ, എന്താ പറ്റീത്" എന്ന് ഓത ചോദിച്ചതിന്, "നിങ്ങളൊക്കെ ഏത് ലോകത്താ, ഇന്നലത്തെ കാറ്റും വിശറുമൊന്നും നിങ്ങളറിഞ്ഞില്ലയോ?" എന്ന് അന്തോണി ഒച്ചയിട്ടു. അയാൾ തുടർന്നു: "പുഴക്കരയിലും നിരത്തുകളിലും മരങ്ങൾ ഒടിഞ്ഞും കടപുഴകിയും വീണുകിടപ്പാ. രണ്ടിടത്ത് ഓടുകൾ പാറിപ്പോയി. കണ്ടങ്കരയിലും മാവുമ്പുറത്തും വെള്ളം ഉയരുന്നുണ്ട്. തോണി ഇറക്കീരിക്ക്യാ–മലവെള്ളം വന്നു നിറയുന്നു–ഓ, എന്തൊരു നശിച്ച മഴ..."

കഷ്ടംതന്നെ. കണ്ടങ്കരയിലും മാവുമ്പുറത്തും വെള്ളം കയറിയെങ്കിൽ ഇനി ഒന്നും ആലോചിക്കാനില്ല. അവിടെനിന്നായിരുന്നു രണ്ടുവർഷം

മുമ്പുവരെ വെള്ളപ്പൊക്കങ്ങളുടെ ആരംഭം. വെള്ളം ആകാശത്തോളം ഉയർന്നുപൊങ്ങും. വെള്ളത്തിനും വെള്ളത്തിനു മദ്ധ്യേയുള്ള വിതാനങ്ങളൊക്കെയും നഷ്ടമാകും. കഷ്ടംതന്നെ. കപ്യാർ ഓതാ ദുഃഖിതനായി. അച്ചൻ മുറിക്കകത്ത് ഇരിക്കുകതന്നെയാണല്ലോ എന്നോർത്ത് അരിശവും വന്നു. “അന്തോണി നില്ക്ക്” എന്നുംപറഞ്ഞ് ഓത അകത്തേക്കു പോയി.

“യഹോവയായ ദൈവത്തിന്റെ മായകളല്ലോ ഇത് ആശ്വസിക്ക”എന്നും പറഞ്ഞ് ഫാദർ ഗബ്രിയേൽ പുറത്തേക്കു വന്നു. “യഹോവയെ സ്തുതിപ്പിൻ! യഹോവയെ സ്തുതിപ്പിൻ! നമ്മുടെ ദൈവത്തിന് കീർത്തനം പാടുന്നത് നല്ലത്. അത് മനോഹരവും സ്തുതി ഉചിതവും തന്നെ.... മനം തകർന്നവരെ അവൻ സൗഖ്യമാക്കുകയും അവരുടെ മുറിവുകളെ കെട്ടുകയും ചെയ്യുന്നു. അവൻ നക്ഷത്രങ്ങളുടെ എണ്ണം നോക്കുന്നു.... അവന്റെ വിവേകത്തിന് അന്തമില്ല.... സ്തോത്രത്തോടെ യഹോവയ്ക്കു പാടുവിൻ; കിന്നരത്തോടെ നമ്മുടെ ദൈവത്തിനു കീർത്തനം ചെയ്‌വിൻ; അവൻ ആകാശത്തെ മേഘംകൊണ്ടു മൂടുന്നു. ഭൂമിക്കായി മഴ ഒരുക്കുന്നു..... കാറ്റടിപ്പിച്ച് വെള്ളത്തെ ഒഴുക്കുന്നു.... ആകാശത്തിലും ഭൂമിയിലും സമുദ്രങ്ങളിലും എല്ലാം ആഴങ്ങളിലും യഹോവ തനിക്കിഷ്ടമുള്ളതൊക്കെയും ചെയ്യുന്നു....

കാറ്റ്.

ചരിഞ്ഞിറങ്ങുന്ന മഴ.

ഒരു നിലവിളി.

യഹോവയായ കർത്താവ് ഇപ്രകാരം അരുളിച്ചെയ്യുന്നു: ഒരു അനർത്ഥം, ഒരു അനർത്ഥം ഇതാ വരുന്നു! അവസാനം അടുത്തിരിക്കുന്നു. അവസാനം വന്നിരിക്കുന്നു! അത് നിന്റെ നേരെ ഉയർന്നുവരുന്നു! ഇതാ, അതു വരുന്നു. ദേശനിവാസിയേ, ആപത്തു നിനക്കു വന്നിരിക്കുന്നു. കാലമായി; നാൾ അടുത്തു, ‘മലകളിൽ ആർപ്പുവിളി; സന്തോഷത്തിന്റെ ആർപ്പുവിളി’യല്ല. ഇപ്പോൾ ഞാൻ വേഗത്തിൽ എന്റെ ക്രോധം നിന്റെ മേൽ പകർന്ന് എന്റെ കോപം നിന്റെമേൽ നിവർത്തിക്കും. വടി പൂത്ത് അഹങ്കാരം തളിർത്തിരിക്കുന്നു. സാഹസം ദുഷ്ടതയുടെ വടിയായിട്ടു വളർന്നിരിക്കുന്നു.

കുറ്റംചെയ്തവരായും പാപം ഗർഭംധരിച്ചവരായും ആരുമില്ല. എല്ലാവരും ശുദ്ധഗതിയുള്ളവർ! പിന്നെങ്ങനെ ഈ അനിഷ്ടങ്ങൾ വന്നുകൂടി? വിറയ്ക്കുന്ന കൈകളുമായി അവർ പുരോഹിതനോട് ദർശനം ആവശ്യപ്പെട്ടു. എന്നാൽ പുരോഹിതന്റെ പക്കൽനിന്ന് ഉപദേശവും മൂപ്പന്മാരുടെ പക്കൽനിന്ന് ആലോചനയും പൊയ്പോയിരുന്നു.

കമ്പിപ്പാലം അസഹനീയമായ ശബ്ദം പുറപ്പെടുവിച്ചു. എണ്ണയിടാതെ അത് ദ്രവിച്ചുകിടക്കുകയായിരുന്നു. അത് കരയുകയാണ്. ഒരു കുടുംബമപ്പാടെ തലച്ചുമടുകളും ആടുകളും വളർത്തുനായ്ക്കളും കോഴി

കളും കുറുപ്രാവുകളുമായി കടന്നുവരുന്നു. അത് ഒന്നാമത്തെ സംഭവം. തുടർന്നു തലച്ചുമടുകളുമായി കുടുംബങ്ങൾ.

താഴ്‌വര നഷ്ടമാവുകയാണ്.

അമ്മച്ചിമലയിലെ കോട്ടേജിൽ, മഴയിൽനിന്നും കാറ്റിൽനിന്നും മറ പിടിച്ച് വീഞ്ഞുകൊണ്ട് തന്റെ ഉത്സവദിനമൊരുക്കുകയാണ് ജോർജുകുട്ടി. ഇടവകയിലെ ദീനവിലാപങ്ങൾ അയാൾ അറിയുന്നില്ല. ഇടയ്ക്ക് ആരൊക്കെയോ ഓടിവന്നിരുന്നു. മഴ, കാറ്റ്. വാതിൽക്കൽ ആരോ ഉറക്കെയുറക്കെ തട്ടുന്ന ശബ്ദം.

ഫെർണാണ്ടസ് ഓടിവരുന്നത് മുകളിലിരുന്നു കണ്ടു. കൂടെ സൂസനുമുണ്ടായിരുന്നു. അവൾ പ്രത്യാശയോടെ ജോർജുകുട്ടിയെ നോക്കി. ജോർജുകുട്ടി ഫെർണാണ്ടസിനു നേരെ മധുചഷകം നാട്ടി. "ഒരിറക്ക് കഴിക്ക്. പിന്നെ മഴയുമില്ല, മലവെള്ളവുമില്ല." അതിന് ഫെർണാണ്ടസ് "വേണ്ട, മോളും കൂടെയുണ്ടല്ലോ. വെള്ളമുയരുന്നതിനുമുമ്പ് ഞങ്ങള് നാട്ടിലോട്ടു പോകയാ" എന്നു പറഞ്ഞു. "അതെന്തിന്? താൻ പോയ്ക്കോ. ഇവളെ ഇവിടെ വിട്ടേച്ചുപോ" എന്ന് ചിരിച്ചുകൊണ്ട് ജോർജുകുട്ടി പറഞ്ഞു. ഒരു ശാപവാക്ക് ചുണ്ടിൽവന്നു വിറച്ചത് സ്വയമടക്കി, തന്റെ മകളേയും വലിച്ച് ഫെർണാണ്ടസ് മഴയിലേക്കുതന്നെ.

പിന്നെയും പലരും വന്നു. വന്നപോലെ പിന്തിരിഞ്ഞു. ഒടുവിൽ കപ്യാർ ഓത വന്നു. "കമ്പിപ്പാലത്തിന് കാര്യമായ തകരാറുണ്ട്. അതു നേരെയാക്കണെങ്കില് പട്ടണംവരെ പോയി ആളെ കൊണ്ടുവരണം ജോർജുകുട്ടീ, നീ ജീപ്പെടുക്ക്" ഓത അലറിക്കരഞ്ഞു.

"വീഴട്ടെ. ഇടവകയ്ക്ക് എന്തിനാ ആ മുതുക്കൻപാലം?" എന്ന് അതിന് ജോർജുകുട്ടി ചോദിച്ചു: "നിങ്ങള് എന്നെ വെറുതെ വിടുന്നുണ്ടോ അതോ–"

കപ്യാർ ഓത അന്ധാളിച്ചുനിന്നു. ഇന്നേ നാൾവരെ ഇടവകയിലെ ഏതു കാര്യത്തിനും കാര്യകർത്താവായി ഓടിനടന്നിരുന്നത് വിളക്കയിലെ പ്രമാണിമാരായിരുന്നു. ഏതു സംരംഭത്തിനും ഏത് നേരത്തും അവരായിരുന്നു മുന്നിൽ. ജോർജുകുട്ടിയുടെ സ്ഥിതിയും മറ്റൊന്നല്ലെന്നിരിക്കെ. ഇപ്പോൾ അയാളെ ബാധിച്ചിരിക്കുന്ന ഭാവമാറ്റത്തിന് ഹേതുവെന്ത്? അയാൾ മദ്യപിച്ചിരിക്കുന്നു. ഒരു പാട്ട് ഉറക്കെ പാടുന്നുമുണ്ട്.

നനഞ്ഞ തെരുവുകൾ പിന്നിട്ട് ഓത ധൃതിയിൽ നടന്നു. ലാസറിന്റെ കടയ്ക്കു മുന്നിലെത്തിയപ്പോൾ തയ്യൽയന്ത്രത്തിന്റെ ശബ്ദംകേട്ടു. ബനച്ചനാണ്. അവനെന്താണ് ഇത്ര മെനക്കെട്ട് തുന്നിക്കൂട്ടുന്നത്?

"ബനാച്ചാ എന്നതാ ഇത്?" എന്നു ചോദിച്ചുകൊണ്ട് ഓത ഇറയത്തേക്ക് കയറി. ഓടിൻതുമ്പിൽനിന്ന് മഴത്തുള്ളികൾ വെള്ളിക്കമ്പികളായി ഭൂമിയെ സ്പർശിക്കുന്നു. ഒരു ഇരുണ്ട നിറമായിരുന്നു ആകാശത്തിന്.

''ഓ– എന്നാ പറയാനാ. ഇത്രയും തുന്നാൻ ഈ ഞാൻ മാത്രമല്ലയോ ഇവിടെയുള്ളത്?" എന്നു ചോദിച്ചുകൊണ്ട് അവൻ യന്ത്രം നിറു

ത്തിയതേയില്ല.

"നീ ഇതൊന്നു നിർത്ത്-" എന്ന് ഓത ഉറക്കെ പറഞ്ഞതിന് "കപ്യാരു പോയാട്ടെ, ഇങ്ങനെ കിടന്ന് കൂവാൻ എന്നാ ഭൂമി തകിടംമറിയാൻ പോണോ?" എന്ന് ബനാച്ചൻ അരിശപ്പെട്ടു.

ഒരു ശാപവാക്ക് അല്പം ഉറക്കെത്തന്നെ പുറപ്പെടുവിച്ച് ഓത നിരത്തിലേക്കിറങ്ങി. മഴയല്പം കുറയുന്നുണ്ട്. പൂർണ്ണമായും നിലയ്ക്കുവാൻ കർത്താവ് കനിയുമെന്ന ദൃഢവിശ്വാസത്താൽ അയാൾ നടന്നു. ആളുകൾ വല്ലാതെ ഭയന്നിട്ടുണ്ട്. തളർന്നിട്ടുണ്ട്. അസമയത്ത് അനിഷ്ടങ്ങൾ ചിറകടിക്കുമ്പോൾ ഭയക്കാതിരിക്കുന്നതെങ്ങനെ? തളരാതിരിക്കുന്നതെങ്ങനെ?

നിരത്തിൽ ചിലേടത്ത് മുട്ടറ്റം വെള്ളമുണ്ട്. മരങ്ങൾ വിലങ്ങനെ വീണുകിടക്കുന്നു. കൊച്ചുകുടിലുകൾ നിലം പൊത്തിയിരിക്കുന്നു. പുറത്തെങ്ങും ആരെയും കാണാനില്ല. അടുത്ത പട്ടണങ്ങളിലേക്കോ ഉയർന്ന സ്ഥലങ്ങളിലേക്കോ സകലരും പഴയ കാലത്തെന്നപോലെ ഓടിപ്പോയിരിക്കുന്നു. കുറെപ്പേർ പള്ളിയിലേക്കും വന്നിട്ടുണ്ട്. അവരെയത്രയും താങ്ങാൻ, ഈ കാറ്റിലും പിശറിലും പെട്ട് ഉറപ്പോടെ നില്ക്കാൻ ഇത്തവണ ആ കമ്പിപ്പാലത്തിനാവുമോ? കപ്യാർ ഓത സന്ദേഹിച്ചു. ഒപ്പം മനസിലേക്ക് ഒരു ഓർമ്മ കടന്നുവന്നു. വെള്ളം നീന്തിമുറിച്ച് ഒരു ചെറുപ്പക്കാരൻ കരയിലേക്ക് കയറുന്നു; ഇടവകയുടെ മുഴുവൻ പ്രതിനിധിയായ ഒരു കരുത്തനായ ചെറുപ്പക്കാരൻ.

മഴയല്പം ശാന്തമായ അവസ്ഥയിലാണ് അവർ ഇടവകയുടെ അതിരിലെത്തിയത്. എങ്കിലും ചാറൽ നിലച്ചിരുന്നില്ല. ചുറ്റിലും വൃക്ഷങ്ങളാകെ കരയുകതന്നെ. ഇറ്റുവീഴുന്ന വെള്ളത്തുള്ളികൾ നോക്കി, ''നമ്മൾ പുറപ്പെടുമ്പോ, മഴ പെയ്യുമെന്ന് സംശയിച്ചത് നേരായി" എന്നു പറഞ്ഞു. അതിന് മറിയം "ശരിയാ, ഇവിടെ നല്ല മഴ പെയ്തെന്നാ തോന്നുന്നത്" എന്നു പറഞ്ഞ് അവനൊപ്പം നടന്നു. ''നിനക്കു പേടി തോന്നുന്നുവോ രൂത്ത്?" എന്നു ചോദിച്ചതിന് അവൻ പ്രതിവചിച്ചില്ല. ''ചേച്ചി വേഗം നടക്ക്" എന്നുമാത്രം പറഞ്ഞു.

ഒരു വലിയ വൃക്ഷച്ചുവട്ടിൽനിന്ന് അവർ അടുത്ത നീക്കങ്ങളാലോചിച്ചു. അവർക്കു ചുറ്റും വൃക്ഷം പെയ്യുകയായിരുന്നു. ആ വൃക്ഷം അസാധാരണമായ വലിപ്പമുള്ളതും അനേകം വള്ളികൾ ഞാന്നുകിടക്കുന്നതുമായിരുന്നു. വേരുകൾക്കിടയിൽ പൊത്തുകളും പൊത്തുകൾക്കിടയിൽ സർപ്പങ്ങളുമുണ്ടായിരുന്നു. "അമ്മച്ചിമലയിലേക്കു ഞാൻ പോകാം" എന്ന് രൂത്ത് പറഞ്ഞതിന് മുഖത്തെ തീജ്ജ്വാലകളൊതുക്കാതെ മറിയം "എന്തിന്, ഞാനവനെ പുൽകാം. വൈക്കോൽത്തുറുവിലേക്ക് തീ പടരുംപോലെ ഞാനവനിലേക്കു പടരാം" എന്നു പറഞ്ഞു. അവർ വൃക്ഷത്തിനു ചുവടെ നിന്ന് പുറത്തെത്തി, നടന്നുതുടങ്ങി.

ഈ മഴയത്രയും പെയ്തിട്ടും ഇടവകയാകെ വെപ്രാളപ്പെട്ടിട്ടും ഞാൻ നിന്നെ കാത്തിരിക്കുകയായിരുന്നു. ''സുന്ദരീ, വരിക" എന്ന് പറഞ്ഞ് ജോർ

ജുകുട്ടി മറിയത്തെ സ്വീകരിച്ചു. അതിന് "ഓ, ഇങ്ങനെ തിടുക്കപ്പെട്ടാലോ ഞാനകത്തു വരട്ടെ" എന്ന് അവൾ ലജ്ജകൊണ്ടു തുടുത്തു. ''നിന്റെ യൊരു നാണം. ഞാനതൊക്കെ മാറ്റുന്നുണ്ട്" എന്നു പറഞ്ഞ് ജോർജു കുട്ടി ആമോദത്തിലാറാടി. "എനിക്കായി സ്വർഗ്ഗലോകമൊരുക്കിത്തന്ന യഹോവയ്ക്ക് വേണമെങ്കിൽ ഒരു സ്തുതി."

പുറംതിരിഞ്ഞ്, അകത്തേക്ക് കയറുകയായിരുന്ന അയാളുടെ പുറത്ത്, രോമക്കുപ്പായത്തിൽ ചോര പടർന്നതും ഒരു രോദനത്തോടെ അയാൾ പിന്തിരിഞ്ഞതും ഒരുമിച്ച്. "എടാ നിന്നെ" എന്നു പറഞ്ഞ് അയാൾ രൂത്തിനുനേരെ കൈയ്യോങ്ങി, ''പ്രിയനേ വരിക" എന്നു പറഞ്ഞ് മറിയം അയാളെ തള്ളി. ചുവരിൽ താങ്ങി അയാൾ ഞരങ്ങുമ്പോൾ "എന്റെ എബ്രഹാം ഇതു കണ്ടു ചിരിക്കുന്നു. നോക്കുക" എന്ന് ജാലകത്തിലൂടെ അവൾ വിരൽചൂണ്ടി. ഒരു കാറ്റിൽപ്പെട്ട് വൃക്ഷങ്ങൾ ആടിക്കുഴയുന്നുണ്ടായിരുന്നു. മഴ ജാലകത്തിൽ വന്ന് നിലയുറപ്പിച്ചു.

അനന്തരം മറിയം പറഞ്ഞത്, നമുക്ക് പള്ളിയിലേക്കു പോകാം, എനിക്കെന്റെ എബ്രഹാമിന്റെ ആത്മാവ് ദർശിക്കണമെന്നത്രെ. അവർ പടിഞ്ഞാറൻ ദിശനോക്കി യാത്രയായി. വഴിവക്കിലൊന്നും ആളുകളില്ലായിരുന്നു. മഴ നേർത്തുനേർത്ത് പെയ്യുന്നുണ്ടായിരുന്നു. മഴയിലൂടെത്തന്നെ അവർ നടന്നു....

പള്ളിയിലെ സംഭവങ്ങൾ പറവാനില്ല. ഫാദർ ഗബ്രിയേൽ തലങ്ങും വിലങ്ങും കവാത്തുനടത്തുകയും ആളുകളുടെ പരാതികൾ കേൾക്കുകയും ചെയ്തു. ഒരുവന്റെ നാലാടുകളെ അയൽവാസി കൂടെക്കൂട്ടി. മറ്റൊരുവന്റെ കുറുപ്രാവുകളെ വേറൊരുവന്റെ വളർത്തുനായ് പിടിച്ചു തിന്നുകളഞ്ഞു. അവന്റെ മലക്കറിത്തോട്ടത്തിൽ അമ്മായിയപ്പന്റെ പന്നികൾ കയറി പലേ ശല്യവും ചെയ്തു.... ഇടവകയിൽ ഇനി ജീവിക്കാൻ വയ്യ–! ഫാദർ ഏവരോടും പറഞ്ഞു: "പ്രാർത്ഥിപ്പിൻ, സകല നന്മകൾക്കുമായി പ്രാർത്ഥിപ്പിൻ."

അപ്പോൾ ഒരാൾ താഴേയ്ക്ക് വിരൽചൂണ്ടി– "ആ വരുന്നതാർ? ആ പിഴച്ചവൾ മറിയമല്ലിയോ? അവളുടെ കൂടെയുള്ളത് അവളുടെ രഹസ്യക്കാരന്റെ ചെറുക്കനും. അവരിതാ ഇങ്ങോട്ടു വരുന്നു...."

അതെ, വാസ്തവം, അവർ വരുന്നു. ആളുകൾ അതു കണ്ടുനിന്നു. "കണ്ടോ കണ്ടോ. ഈ അനിഷ്ടങ്ങൾക്കെല്ലാം ഹേതുവെന്ത് എന്ന് ഞാനോർക്കുകയായിരുന്നു" എന്നു പറഞ്ഞ് ഒരാൾ മറ്റുള്ളവരെ നോക്കി. "നമ്മൾ ന്യായവിധി നടത്തി ആട്ടിയോടിച്ചവൾ വീണ്ടും ഈ ഇടവകയിൽ വന്നതെന്തിന്? ഈ മഴയും കാറ്റും ദുരിതവുമെല്ലാം അവളുടെകൂടെ വന്നതുതന്നെ" എന്ന് മറ്റൊരാൾ അഭിപ്രായപ്പെട്ടതിന് അന്തോണി എന്തോ പറയാൻ ഭാവിച്ചെങ്കിലും ആൾക്കൂട്ടത്തിന്റെ ആരവത്തിൽ അതമർന്നുപോയി. അവർ ഒരാക്രോശത്തോടെ കൈയ്യിൽ കിട്ടിയ കല്ലും കുറുവടികളും ചിരവയും പിക്കാസുമായി ഓടിയിറങ്ങി.

പുഴക്കര കഴിഞ്ഞ് കമ്പിപ്പാലത്തിന്റെ അങ്ങേത്തലയ്ക്കൽ താഴെ

പുഴയെ നോക്കി. പുഴയിൽ ഉലഞ്ഞുകാണുന്ന പാലത്തിന്റെ വാരിയെല്ലുകളെ നോക്കി മറിയം നിൽക്കേ, അങ്ങേത്തലയ്ക്കൽ ആരവം കേട്ടു. രൂത്ത് മുന്നോട്ടുതന്നെ കാലുകൾ വച്ചതിന് മറിയം അവനെ തടുത്തു. അവർ ഒന്നടങ്കം "അവളെ കല്ലെറിയുക" എന്നാർത്തുകൊണ്ട് പാലത്തിൽ കയറിയതും പാലം ഝട ഝട ഝട...

ആകാശത്തോളം വെള്ളം, ചിതറിയുയരുകയും പാലത്തിന്റെ അസ്ഥിനുറുങ്ങുകൾ പാതാളത്തോളം ആണ്ടുപോവുകയും...

ഞാൻ എന്റെ പ്രിയതമന് അവന്റെ മുന്തിരിത്തോട്ടത്തെക്കുറിച്ച് എന്റെ പ്രിയന്റെ പാട്ടുപാടും. എന്റെ പ്രിയതമന് ഏറ്റവും ഫലവത്തായൊരു കുന്നിന്മേൽ ഒരു മുന്തിരിത്തോട്ടം ഉണ്ടായിരുന്നു. അവൻ അതിന് വേലി കെട്ടി. അതിലെ കല്ലു പെറുക്കിക്കളഞ്ഞു. അതിൽ നല്ല വക മുന്തിരിവള്ളി നട്ടു. നടുവിൽ ഒരു ഗോപുരം പണിതു. ഒരു ചക്കും ഇട്ടു. മുന്തിരിങ്ങ കായ്ക്കും എന്ന് അവൻ കാത്തിരുന്നു; കായ്ച്ചതോ കാട്ടുമുന്തിരിങ്ങയത്രെ.... ആകയാൽ വരുവിൻ ഞാൻ എന്റെ മുന്തിരിത്തോട്ടത്തോട് എന്തുചെയ്യും എന്ന് നിങ്ങളോട് അറിയിക്കാം: വരുവിൻ....